வாழ்வு..இறப்பு.. வாழ்வு..

 லூயி பஸ்தேர் (1822-1895)
வாழ்க்கை வரலாறு

எரிக் ஓர்சேனா
பிரஞ்சு அகாதமி உறுப்பினர்

பிரஞ்சிலிருந்து தமிழில்
சு. ஆ. வெங்கட சுப்புராய நாயகர்

தடாகம்

தடாகம்

வாழ்வு.. இறப்பு.. வாழ்வு..

- ஆசிரியர் : எரிக் ஓர்சேனா
- பிரஞ்சிலிருந்து தமிழில் சு. ஆ. வெங்கட சுப்புராய நாயகர்
- முதற்பதிப்பு : பிப்ரவரி **2020** ◆ அட்டை ஓவியம் : மணிவண்ணன்
- வடிவமைப்பு : வெ. பாலாஜி

Copyright © LibrairieArthemeFayard, Paris, 2015

Book Name in French & Author Name: "LA VIE, LA MORT, LA VIE – LOUIS PASTEUR (1822-1895)" by Erik Orsenna

Tamil translation copyright © Thadagam, Chennai, 2016

Book Name in Tamil: "Vazhvu.. Irappu.. Vazhvu.. Louis Pasteur (1822-1895) Vazhkai Varalaru" by Erik Orsenna. Translated by S. A. Vengada Soupraya Nayagar

PAP
TAGORE

www.bibliofrance.in

"The Work is published with the support of the Publication Assistance Programs of the Institut français / French Ministry of foreign and European affairs"

© All rights reserved. No part of this publication may be reproduced or transmitted in any form or by any means, electronic or mechanical, including photocopy, recording, or any information storage and retrieval system, without permission in writing from the publisher.

Published by:
THADAGAM
No.112, First Floor, Thiruvalluvar Salai
Thiruvanmiyur, Chennai 600041
Ph: +91-98400-70870
www.thadagam.com | info@thadagam.com

ISBN: 978-93-88627-14-6
Published on January 2020
INR 180

தமிழ்

எரிக் ஓர்சேனா

பாரீஸில் 1947ஆம் ஆண்டு பிறந்த எரிக் அர்னூவின் புனை பெயர், எரிக் ஓர்சேனா. இவர் சிறந்த எழுத்தாளர்; தேர்ந்த அரசியல் அனுபவமும் உடையவர்; பெருமைமிகு பிரஞ்சு அகாதமியில் 1998ஆம் ஆண்டு முதல் உறுப்பினராக இருந்துவரும் சிறப்புக்குரியவர். இந்த அகாதமியில் லூயி பஸ்தேர் அலங்கரித்த அதே இருக்கை இவருக்கு வாய்த்திருப்பது குறிப்பிடத்தக்கதாகும். பொருளாதார நிபுணரான ஓர்சேனா, முன்னாள் பிரஞ்சுக் குடியரசுத் தலைவர் பிரான்சுவா மித்தேரானின் நம்பிக்கைக்குரிய தோழராக இருந்து பல நிர்வாகப் பதவிகளை வகித்துள்ளார். புதினங்கள், சிறு கதைகள், வாழ்க்கை வரலாற்று நூல்கள் என 25க்கும் மேலான இலக் கியப்படைப்புகளை உருவாக்கியவர். புகழ்பெற்ற கோன்க்கூர் பரிசு உள்ளிட்ட பல இலக்கிய விருதுகள் இவரது இலக்கியப்பணியை அங்கீகரித்துள்ளன. பஸ்தேரின் வாழ்க்கையினைப் புதியதொரு கோணத்தில் அணுக உதவும் “வாழ்வு.. இறப்பு.. வாழ்வு” என்னும் இந்நூல் 2015ஆம் ஆண்டு வெளியிடப்பட்டு உலகமெங்கும் சிறப் பான வரவேற்பைப் பெற்றுள்ளது.

சு. ஆ. வெங்கட சுப்புராய நாயகர் (1963)

பிரஞ்சு, தமிழ், ஆங்கில மொழிகளுக்கிடையே மொழிப்பாலம் அமைத்து வரும் முனைவர் சு.ஆ.வெங்கட சுப்புராய நாயகர் (1963), கடந்த 30 ஆண்டுகளாகப் புதுச்சேரியில் பிரஞ்சுப் பேராசிரியராகப் பணியாற்றி வருகிறார். ஆரவாரமின்றி இலக்கியப்பணியாற்றி வரும் நாயகர், இதுவரை நான்கு புதினங்களைப் பிரஞ்சிலிருந்து நேரடியாகத் தமிழாக்கம் செய்துள்ளார். மேலும், பிரஞ்சுச் சிறுகதைகளின் மொழியாக்கத் தொகுப்புகள் இரண்டினையும் வெளியிட்டுள்ளார். தமிழிலிருந்து கதைகள், கவிதைகள் ஆகியவற்றையும் பிரஞ்சில் மொழியாக்கம் செய்துள்ளார்.

நம் சங்க இலக்கியச் செல்வங்களான குறுந்தொகை, ஐங்குறு நூறு ஆகியவற்றை முழுமையாக வெங்கட சுப்புராய நாயகர் பிரஞ்சு மொழியாக்கம் செய்திருப்பது குறிப்பிடத்தக்கதாகும். நம்மொழியின் தொன்மை, செம்மை ஆகியவற்றைப் பிரஞ்சு மக்கள் அறிய இது வாய்ப்பாக அமையும்.

பல பல்கலைக்கழகங்களின் தேர்வராகவும் இலக்கியம் மற்றும் சமூக அமைப்புகள் பலவற்றில் உறுப்பினராகவும் இருந்து வருகிறார். 1994, 2008 ஆகிய ஆண்டுகளில் பிரான்ஸ் அரசின் அழைப்பின்பேரில் அங்கு சென்று, அந்நாட்டின் உதவியுடன் சில மாதங்கள் பயிற்சியும், நூலகங்களில் ஆய்வும் மேற்கொண்டவர். பத்து ஆண்டுகளுக்குப் பின், இவரது பிரஞ்சு-தமிழ் மொழிபெயர்ப்புத் திட்டம் ஒன்றினை 2018ஆம் ஆண்டு மார்ச் முதல் ஜூன் வரை பிரான்ஸில் தங்கி முடிக்க பிரஞ்சு அரசு உதவிசெய்தது. தொடர்ந்து மொழிபெயர்ப்பில் ஈடு பட்டுவரும் இவருடைய மொழியாக்க நடையின் எளிமை கி.ரா, பிரபஞ்சன் உள்ளிட்ட இலக்கிய ஆளுமைகளைக் கவர்ந்து பெரும் பாராட்டைப் பெற்றதாகும்.

அறிவியல் அற்புதம் பஸ்தேருடன் வாழ்வோம்

மொழிபெயர்ப்பாளரின் முன்னுரை

சு.ஆ. வெங்கட சுப்புராய நாயகர்

அறிவியல் மேதை லூயி பஸ்தேர் அவர்களை அறியாதவரே இல்லை எனலாம்.

(இதுவரை லூயி பாஸ்டர் என ஆங்கில முறையில் உச்சரித்திருந் தால், பிரஞ்சு அறிவியல் அறிஞரான பஸ்தேரை இனி பிரஞ்சு முறையிலேயே அழைத்துப் பழகுவோம்) ஆய்வுப்பணிகளில் தான் சந்திக்க நேர்ந்த பல்வேறு தடைகளைத் தாண்டி மானுடத்திற்குப் பஸ்தேர் அளித்த அறிவியல் கொடைகள் பல.

நொதிப்புத்தன்மைக்கான நுண்ணுயிர்க் கொள்கையை வெளியிட் டதன் பலனாகப் பாலுக்குப் பாதுகாப்பளிக்கும் "பாஸ்டராக்கம்" அறிமுகமாகி இன்றும் பயனளித்து வருகிறது. "நுண்ணுயிரியலின் தந்தை" என்று கொண்டாடப்படும் பஸ்தேர், பெப்ரீன் நோயின் பாதிப்பிலிருந்து பட்டு உற்பத்தியை மீட்ட பெருமைக்குரியவர். வெறி நாய்க்கடிக்கான தடுப்பு ஊசியைக் கண்டுபிடித்துப் பல்லாயிரக் கணக்கான மனிதர்களைக் காத்தவர்.

இவ்வாறாக, நம் அன்றாட வாழ்வில் ஏதோ ஒரு வகையில் பஸ்தேரின் ஆய்வு நமக்கு உதவிவருகிறது.

இத்தகைய அற்புதமான அறிவியல் கண்டுபிடிப்புகளை நமக்கு அளித்துள்ள அவருடைய வாழ்க்கை, உழைப்பின் உன்னதத்தை உணர்த்தும் விதமாக அமைந்ததாகும்.

பிரான்ஸின் தென்கோடியில், டோல் என்னும் சிறிய நகரில் தோல் பதனிடும் தொழிலில் ஈடுபட்டுவந்த ழொசேஃப் என்ற எளிய மனிதரின் மகனாக 1822ஆம் ஆண்டு பஸ்தேர் பிறந்தார். பள்ளிப் படிப்பின் போது அதிக மதிப்பெண் பெறத் தவறிய பஸ்தேர், அறிவியல் உலகில் பல இலக்குகளை எட்டி அனைவரையும் வியப்பில் ஆழ்த்தக்கூடியத் திறனை எவ்வாறு பெற்றார் என்பதை விளக்கும் ஆவணமாக இந்நூல் அமைந்துள்ளது.

அறிவியல் ஆய்வுகளை மேற்கொள்ள ஆய்வகத்துக்குள்ளேயே முடங்கிவிடாமல், சிக்கலுக்குரிய களங்களுக்கு நேரில் சென்று

பார்வையிட்டு, அவற்றுக்கான தீர்வினைக்கண்ட பஸ்தேரின் பாணி ஆய்வுலகப் புரட்சியாகப் போற்றப்படுகிறது.

ஆய்வுக்கே தன் வாழ்க்கையினை அர்ப்பணித்த இத்தகைய அற்புத மனிதரின் வாழ்க்கையினை ஆய்வு செய்துள்ளார் எரிக் ஒர்சேனா. பெருமைக்குரிய பிரஞ்சு அகாதமியின் நிகழ்கால உறுப்பினரான எரிக் ஒர்சேனா பல புதினங்களை வெளியிட்டவர். ஆய்வுத்திலகமான பஸ்தேருடைய வாழ்வின் சுவாரசியங்களை அறிய விரும்பும் எவரும் வாசிக்க வேண்டிய நூல் இது. வியத்தகு மனிதரான பஸ்தேரின் மேதைமை, முனைப்பு, உழைப்பு என அவரது நல் இயல்புகளைப் போற்றுவதோடு நிறைவடையாமல், அவரிடம் காணப்படும் குறை கள், பலவீனங்கள் போன்றவற்றையும் அவர் மீது பொறாமை கொண்டவர்கள் வைக்கும் குற்றச்சாட்டுகள், கூற்றுகள், முறையீடுகள் ஆகியவற்றையும் நடுநிலையோடு பதிவுசெய்கிறது இந்நூல்.

பஸ்தேரை உருவாக்கிய பெற்றோர், அவர் தம் ஆய்வுப்பணியில் அயராது துணைநின்ற தியாக வடிவான மனைவி மரி, இளமை யிலேயே நோயின் தாக்குதலுக்கு இரையான அவருடைய மகள்கள், ஆயிரம் கருத்துவேற்றுமை இருப்பினும் பஸ்தேரின் திட்டங்களை நிறைவேற்ற உதவிய அறிவார்ந்த உதவியாளர்கள் எனப் பலர் இந்நூலில் இடம்பெற்றுள்ளனர். வாழ்க்கை வரலாற்று நூலினையும் அனைவரும் விரும்பி வாசிக்கும்வண்ணம் சுவைபட எழுதமுடியும் என எரிக் ஒர்சேனா நிறுவியுள்ளார்.

பஸ்தேர் என்ற மாமேதையின் வாழ்க்கையினை விவரிக்கும் எரிக் ஒர்சேனா, தேவையான புவியியல் தகவல்களையும் வரலாற்று நிகழ்வுகளையும் தனக்கேயுரிய நடையில் இணைத்துவிடுகிறார். இதன்மூலம், நம்மை பஸ்தேர் வாழ்ந்த காலத்துக்குக் கொண்டு செல்கிறார்.

பஸ்தேரின் வாழ்வில் நிகழ்ந்த முக்கியமான கட்டங்களை அறியும் ஆர்வமுடன் நூலை வாசிக்கத்தொடங்கிய நான், இறுதியில் அந்த மாமேதையுடன் சில நாட்கள் வாழ்ந்த அனுபவத்தைப் பெற்ற நிறைவை அடைந்தேன். நீங்களும் வாழ்ந்து பாருங்கள்.

பெருகும் அன்புடன்,

சு.ஆ.வெங்கட சுப்புராய நாயகர்
138, முதன்மைச் சாலை, இலாசுப்பேட்டை,
புதுச்சேரி - 605 008.
9944064656
vengadasouprayanayagar@gmail.com

★★★

மொழியாக்கப் பயணத்தில் வழித்துணையாய் வந்தவர்களுக்கு நன்றி

செயற்கரிய சாதனைகளை நிகழ்த்திய பெருமைக்குரிய பஸ்தேரின் வாழ்க்கைச் சுவடுகளைப் பதிவுசெய்யும் வாய்ப்பு எவ்வாறு அமைந்தது என்பதை எரிக் ஓர்சேனா வேடிக்கையாக இந்நூலின் இறுதியில் விவரிக்கிறார். பிரஞ்சு அகாதமியில், தன் அருகில் அமர்ந்திருந்த பிரான்சுவா ழக்கோப் என்ற அறிஞர் இப்பணியில் ஈடுபட ஊக்க விதை ஊன்றிய தருணத்தை அடக்கத்துடன் நினைவு கூர்கிறார்:

“உயிரியலைப் பொறுத்தவரை எனக்குள்ள ஆழ்ந்த அஞ்ஞானம் அவரைப் பெரிதும் கவர்ந்தது. (...) ஏனெனில், ஏதோ ஒரு விஷயத்துக்காகத்தான் எதிர்பாராதவிதமாக பஸ்தேரின் இருக்கை உனக்குக் கிடைத்துள்ளது. அவரது வாழ்க்கையில் மூழ்கிவிடு. வேறுவழியில்லாமல் நீ சிலவற்றைக் கற்க நேரிடும் என்று சொல்லிவைத்தார்.

அவர் கூறியது சரிதான். நம்மை உருவாக்கும் கூறுகளைப் பற்றிச் சிலவற்றைத் தெரிந்துகொள்ள ஆரம்பித்தேன். நம்மை அழிப்பவற்றைப் பற்றியும்தான்.

நீதான் ஆர்வமுள்ள பணியாள் என்று சொல்லிக்கொள்கிறாயே என அவர்தான் இந்த நூலுக்கான விதையை என்னுள் விதைத்தவர்”.

இந்நூலை மொழிபெயர்க்கத் தொடங்கிய போது, ஒருவகையில் நானும் இத்தகைய அனுபவத்தையே பெற்றேன். இதில் இடம் பெற்றுள்ள அறிவியல் தொடர்கள், கலைச்சொற்கள் ஆகியவை பல நூலகங்களுக்கு என்னை அழைத்துச் சென்றன. பல்துறை வல்லுநர்கள், வேதியல், உயிரியல் துறைகளைச் சார்ந்த பேராசிரியர்கள் ஆகியோரைச் சந்திக்கும் வாய்ப்பினை பெற்றுத்தந்தன.

குறிப்பாக, என் ஐயங்களைக் களையவும் உரிய விளக்கங்களைப் பெறவும் சில நூல்களைத்தந்தும் உதவிய விலங்கியல் பேராசிரியர் முனைவர் அ.குணசிங் அவர்களுக்கு மிக்க நன்றி.

வேதியல் தொடர்பான எளிய விளக்கங்களைத் தந்துதவிய பேராசிரியர் முனைவர் பெத்ரூஸ் ஆரோக்கியசாமி அவர்களுக்கு என் நன்றியை உரித்தாக்குகிறேன்.

தோல்பதனிடுதல் தொடர்பான தகவல்களை அளித்த கவிஞர் திரு. யாழன் ஆதி, பட்டுவளர்ப்பு குறித்த செய்திகளை வழங்கிய திரு. பாவேந்தன் ஆகியோருக்கு என் நன்றி.

மொழியாக்கத்தின்போது அவ்வப்பொழுது எழும் சிக்கல்களுக்குத் தீர்வுகாண எப்பொழுதும் போல் உதவிசெய்த என் பேராசிரியர் முனைவர் ஒஃபிசியே இரா.கிருஷ்ணமூர்த்தி அவர்களுக்கு நன்றிகூறி மகிழ்கிறேன்.

இம்மொழியாக்கத்துக்குப் பெரிதும் உதவியாக இருந்த அறிவியல் களஞ்சியத் தொகுதிகள் அனைத்தையும் வழங்கியதோடு உரிய ஆலோசனைகளையும் வழங்கிய மூத்த மொழிபெயர்ப்பாளர் பேராசிரியர் இளம்பாரதி அவர்களுக்கும் இந்நூலை செம்மையாக்க உதவிய நண்பர் பேராசிரியர் அ.பசுபதி அவர்களுக்கும் மிக்க நன்றி.

பிரஞ்சுப் பண்பாட்டுக்கூறுகள், மது தயாரிப்பு போன்றவற்றில் சில விளக்கங்களை அளித்த என் மாமா திரு. மிஷேல் வீ. வெங்கடாசலம் அவர்களுக்கு என் நன்றி.

மொழியாக்கப் பிரதியில் எவ்விதப் பிழையும் நேராதவண்ணம் பார்த்துக்கொண்ட நண்பர் பாவலர் சீனு.தமிழ்மணி அவர்களுக்கு நன்றிகூறி மகிழ்கிறேன். தட்டச்சு உதவி செய்த சி.இளங்கோவுக்கு நன்றி.

என் இலக்கியப்பணியில் இணைந்து பணியாற்றித் துணைநிற்கும் என் மனைவி சிவகாமி நாயகருக்கு நன்றி. ஏனைய நூல்களைப்போல், இம்மொழியாக்க நூலின் வெற்றியிலும் இவருக்குப் பெரும் பங்கு இருக்கிறது.

இந்நூலினைச் செம்மையாகப் பதிப்பிக்கும் “தடாகம்” உரிமை யாளர் நண்பர் திரு.அமுதரசன் அவர்களுக்கும் நூல்களை வெளியிட நிதியுதவி உள்ளிட்ட பல சேவைகளை ஆற்றிவரும் பிரஞ்சுத்தூதரகப் பண்பாட்டு மையத்தின் தாகூர் மொழியாக்கத்திட்டப் பொறுப்பாளர் களுக்கும் நன்றி.

என் மொழியாக்கப் படைப்புகளை எப்பொழுதும்போல் வர வேற்கக் காத்திருக்கும் வாசகர்களாகிய உங்களுக்கும் நன்றி.

தோழமையுடன்

சு.ஆ.வெங்கட சுப்புராய நாயகர்

பொருளடக்கம்

பெருமைமிகு சூழல்	17
தோல் பதனிடுபவர்களின் பாடங்கள்	21
அர்புவா	24
கலைஞன்	29
முனைப்பினைப் போற்றுவோம்	32
என் அருமைப் பெற்றோர்களே	36
ஒரு நல்ல திருமணம்	38
இரட்டையர்களின் புதிர்	43
நுண்ணோக்கியின் சுருக்கமான வரலாறு	48
உயிர் மூலத்தை அறியும் பயணம் (I)	51
மிகப் பெரிய நண்பர்	59
இராணுவக் கட்டுப்பாடெனும் வழி	62
சிரிக்காமல் இருந்ததைப் பற்றி	65
உயிர் மூலத்தை அறியும் பயணம் (II)	67
மெகிரேவும் பட்டுப்புழுவும்	74
தொடர் மரணம்	82
பட்டுப்புழு மீட்பு (தொடர்ச்சி)	86
மீண்டும் தாக்கும் மரணம்	93
தேசப்பற்று	97
நோய்த் தொற்றுகள்	100
ஒவ்வொரு கோடையின்போதும் அர்புவா தான்	107
கலகலப்பாகப் பழகாதவர் என்னும் கூற்று குறித்து	108

தொண்ணூறு விழுக்காடு நோய்கள்	110
தடுப்பூசி போடுதல்	112
புகழும் விமர்சனமும்	120
விலங்குகளின் நண்பரா?	124
வெறிநாய்க்கடி மீது வெற்றி	128
ழுய்ரா பகுதியில் உட்பூசல்	143
சிகிச்சை, ஆய்வு, கற்பித்தல்	148
களைப்பு	152
புகழின் போதும் தொடரும் பணிகள்	157
இனிமேலும் என்னால் இயலாது	160
எந்த நினைவகம்?	164
அவர்களுக்குள் வெறுப்பு இருந்தது	170
மரணத்தின்போதும் பணிகள் தொடர்ந்தன	173
துயோங் பஸ்தேர்	176
நன்றி	183
உதவிய நூற்பட்டியல்	188

பிரான்சுவா ழக்கோப்புக்கு

பெருமைமிகு சூழல்

நல்ல நினைவாற்றல் உள்ளவர்களாகிய நாம் 1822ஆம் ஆண்டை நினைத்துப்பார்ப்போம். உலகின் பிற நாடுகளிடம் எவ்விதத் தொடர்பு மின்றி, சீனாவும் ஜப்பானும் தங்கள் வாழ்க்கையைத் தொடர்ந்தன.

அங்குமிங்கும் எனச் சில மக்கள் தங்கள் காலனிய ஆதிக்கச் சக்திகளைக் கொஞ்சம் அசைத்துப்பார்த்தனர். மெக்ஸிகோவும் பிரேஸிலும் தங்களை சுதந்திர நாடுகளெனப் பிரகடனப்படுத்திக் கொண்டன. கிரேக்க மக்கள், ஒட்டோமன் பேரரசை எதிர்த்துப் போரில் இறங்கினர். அந்த அரசைப் பயம் கவ்வியிருந்த நேரமது.

பெர்ஷிய மன்னரின் படைகள் அந்த அரசைத் துடைத்தெறிய ஆயத்தமாயின. நல்லவேளையாக, சரியான நேரத்தில் காலரா எனும் கொள்ளைநோய் அவர்களின் எழுச்சிக்குத் தடைபோட்டது.

ஆப்பிரிக்காவில், பண்டையக் கருப்பின அமெரிக்க அடிமைகள், லைபீரியாவை உண்டாக்கினர்.

பிரான்ஸில், புரட்சி எனும் இக்கொடுங்கனவை மறக்க மன்னர் ஆட்சியின் தீவிர ஆதரவாளர்கள் முயன்று பார்த்தனர். விரைவிலேயே பழைய "மன்னர் ஆட்சி" என்னும் அமைப்புக்குத் திரும்பியாக வேண்டிய நிலை. 'உயிர்த்தெழும் மன்னர் ஆட்சி வாழ்க!' எனும் முழக்கம் ஒலித்தது. இரகசியக்குழு ஒன்று எதிர்த்துக் குரல் கொடுத்தது. அடுப்புக்கரி உற்பத்தியாளர்கள் என்பதைக் குறிக்கும்விதமாக அதனை

"ஷர்பேனெரி" (அடுப்புக்கரி உற்பத்தியாளர்கள் குழு) என அழைத்தனர். இந்தக் குழுவினர், தங்கள் கூட்டங்களை அடர்ந்த காட்டுப் பகுதிகளில் நடத்தி வந்தனர். இக்குழு இத்தாலியில் செயல் பட்டுவந்த அடுப்புக்கரி உற்பத்தியாளர்கள் குழுவினரின் பாணியில் இயங்கியது. இத்தாலியின் தேசிய ஒற்றுமைக்கு அக்குழு ஆற்றிய பங்கு மகத்தானதாகும். அடுப்புக்கரி உற்பத்தியாளர்கள் குழுவால் குற்றவாளிகள் என அறிவிக்கப்பட்ட நான்கு இளம் இராணுவ வீரர் களின் தலைகள், செப்டம்பர் 21ஆம் நாள், கிரேவ் சதுக்கத்தில் துண்டிக் கப்பட்டன. அவர்கள் லா ரொஷேல் பகுதியைச் சேர்ந்தவர்கள்.

நல்ல செய்திகள் எனப் பார்த்தால், அப்பொழுது கண்டுபிடிக்கப் பட்ட கேஸ் லைட்டின் வெளிச்சத்தில் பாரீஸ் ஒளிரத் தொடங்கி யிருந்தது. நிசேபோர்நியேப்ஸ், புகைப்படக்கலையைக் கண்டுபிடித் திருந்தார். ஒகுய்ஸ்த்தேன் ஃபிரெஸ்நெல் ஒலியின் அலைகள் குறித்த தன் பார்வையினை விளக்கினார். செப்டம்பர் 27ஆம் நாள், எகிப்து நாட்டின் புனித எழுத்து முறையான ஹீரோகிளிபிக்சை இனி தன்னால் வாசிக்க இயலும் என ழான் பிரான்சுவா ஷம்போலியோன் அறிவிப்பு ஒன்றை வெளியிட்டு தன் அறிவார்ந்த நண்பர்களை வியப்பில் ஆழ்த்தினார்.

இலக்கிய உலகைப் பொறுத்தவரை, 'தெ லமூர்' எனும் புதினத்தை ஸ்தாந்தால் வெளியிட்டார். அதேல் ஃபுஷேரை விக்தோர் உய்கோ மணந்தார். பிரான்ஸ் நாட்டின் மிகவும் வெறுக்கத்தக்க மனிதர்களில் ஒருவரான ஷத்தோபிரியான் வெளியுறவுத்துறை அமைச்சரானார்.

அத்தகைய காலகட்டத்தில் டோல் பகுதியின் நிலை என்ன? தன் பாரம்பரியப் பெருமைகளை நினைத்து ஏங்கியபடி அந்த நகரம் இருந்தது. புர்கோஞ் சிற்றரசர்கள் இப்பகுதியைத் தலைநகராகத் தெரிவு செய்தது ஒருகாலம். பின்னர், இந்நகரைச் சீராட்டிய ஹப்ஸ் பூர்க் பரம்பரையிடம் இந்நகரம் இருந்த பொற்காலம் வந்தது.

வரலாற்றுப் புகழ்வாய்ந்த முற்றுகைகளின்போது, பதினான்காம் லூயியினை எதிர்த்து இந்நகரம் முழுமூச்சுடன் போரிட்டது. மாட்சிமை பொருந்திய கோந்தே கூட பின்வாங்க வேண்டிய நிலைமை ஏற்பட்டு விட்டது என்பதை மறக்கமுடியுமா?

பிரான்ஸ் நாட்டுடன் இணைந்திருந்ததன் காரணமாக இந்நகரம் பல அவமானங்களைச் சந்திக்க நேர்ந்தது. நிர்வாகத்துறைகளும் பல்கலைக்கழகமும் பெஸான்சோன் நகருக்கு மாற்றப்பட்டன. வொபான் அவர்களே முன்னின்று கோட்டை கொத்தளங்களை அழித்தார். இப்படிப் பல இன்னல்கள்.

சரி, அந்த நகரின் இப்போதைய நிலை என்ன?

சற்றேறக்குறைய பத்தாயிரம் பேர் மட்டுமே கொண்ட மக்கள் தொகையுடன் தன் பழைய நினைவுகளை அசைபோட்டபடி இருக்கும் ஒரு சிறிய நகரம்.

இந்தப் பத்தாயிரம் பேரில் ழான் ழொசேஃப் பஸ்தேரும் ஒருவர்.

அவரும் பழைய நினைவுகளோடு ஏங்குபவர்தான்.

இளம் வயதிலேயே, நெப்போலியனின் மகத்தான படையில் சேர்ந்தவர். பல நடவடிக்கைகளில் ஆர்வத்தோடு பங்கேற்றவர். இரு பத்து மூன்றாவது வயதில் 'லெழியோன் தொனேர்' எனும் உயரிய விருதினைப் பெற்றவர்.

எல்லாம் முடிந்தது. வாட்டர் லூ தோல்வி. பிறகு ஃபோந்தேன் பிலேயிலிருந்து நிரந்தரமாக விடைபெற வேண்டியிருந்தது. "வல்ல வருக்கு வல்லவர் அணி" என அழைக்கப்பட்ட மூன்றாம் வரிசையான அவரது படை 8000 பேருடன் சென்றதாகும். அப்படைப்பிரிவில் 276 பேரே மிஞ்சியிருந்தனர். இத்தகையத் துணிச்சல்மிக்கவர்களில் யாரும் 18ஆம் லூயிக்காகச் சேவை செய்வது என்ற பேச்சுக்கே இடமில்லை.

சராசரியான சமூக வாழ்க்கை முறைக்கு மாறியாக வேண்டிய கட்டாயத்துக்குத் தள்ளப்பட்டனர். பூய்ரா பகுதியைச் சேர்ந்த அவரது குடும்பம் தொடர்ந்து தோல் பதனிடும் தொழிலில் ஈடுபட்டு வந்தது. படைவீரராக இருந்தவர் தோல் பதனிடுபவராக மாறினார். முதலில் சலென் பகுதியில் இருந்த தன் உறவினர் ஒருவரிடம் வேலை செய்து விட்டு பின்னர் சொந்தமாகவே இத்தொழிலில் இறங்கினார்.

டோல் நகரம், ழான் ழொசேஃப்புக்கு ஏற்ற நகராக அமைந்தது. அவரைப் போலவே, பேரரசின் பல அரசியல் சாதனைகளுக்கு அந் நகரும் பெயர்போனதாகும். முற்றுகையிடப்பட நேர்ந்தால் எழக் கூடிய நகரின் நீர்த்தேவைக்கென ஆற்றுப்படுகையை முன்நின்று வடிவ மைத்தவர் ஷார்ல் கேன்ட் என்பதை மறக்க இயலுமா? ஊரிலிருந்த இப்படுகை தோல்பதனிடுபவர்களின் வாய்க்காலாக மாறியது. இதன் கரையோரம் தான் ழான் ழொசேஃப் குடியிருந்தார். இவரது கனவுகளில், ஸ்பெயின், ஆஸ்திரியா, ஹங்கேரி ஆகிய நாடுகளின் அரசர்களும் பிரஞ்சு அரசரும் நிச்சயமாக இணக்கத்துடன் இருந் திருப்பார்கள்.

அவருடைய எளிய வாழ்க்கை, யாரும் அறியாத வகையில் அந்த ஊரில் ஒளிமயமாகிக்கொண்டிருந்தது என்பதில் ஐயமில்லை.

இதற்கிடையில், ழான் ழொசேஃப், ழான் எத்தியெனேத் ரொக்கியைத் திருமணம் செய்து கொண்டார். ரொக்கியின் அப்பாவும் தாத்தாவும் தோட்டப் பராமரிப்பாளர்கள்.

1822ஆம் ஆண்டு டிசம்பர் மாதம் 27ஆம் நாள், அதாவது, கிருஸ்துமஸ் முடிந்தவுடன் லூயி அவர்களுக்குப் பிறந்தார். இவருக்குமுன் ஒரு சகோதரி பிறந்திருந்தார். இவருக்குப்பின் மூன்றுபேர் வர இருக்கிறார்கள். இப்படியாக ஒரு குடும்பம். ஒரு வீடு. ஒரு புகலிடம். அதனுடன் கொஞ்சம் பலமும் சேர்ந்தது.

தோல் பதனிடுபவர்களின் பாடங்கள்

தன்னிகரற்றப் பயனும் பெரும் ஞானமும் கொண்ட மாபெரும் கலைஞர்களாகிய இவர்களுக்கு அஞ்சலி செலுத்துவோம்.

மேலும், தோலினை நன்கு பதனிடத் தேவையான பல்வேறு படிநிலைகளை விளக்க அவர்கள் பயன்படுத்திய சொற்களஞ்சியத் தைப் போற்றுவோம்.

இரத்தம் நீக்கம். அதாவது தோலில் உள்ள இரத்தத்தை வெளி யேற்றும் நடவடிக்கை. இதற்கு விலங்குகள் கொல்லப்பட்டு வெப் பம் தணிவதற்குள் உரித்தெடுக்கப்படும் 'பச்சைத் தோலை' அல்லது 'இளம் தோலை' நீரில் ஊறவைக்க வேண்டும்.

சுண்ணாம்பிடல். தோல்களைச் சுண்ணாம்புக் கரைசல் அடங்கிய குழிகளில் அல்லது பீப்பாய்களில் இட்டுவைத்திருக்கவேண்டும். இப்படிச்செய்வதன் மூலம், முடிகளும் தேவையற்ற கொழுப்புகளும் நீங்கத்தொடங்கும்.

முடி நீக்குதல். தோலின் மேல்பக்கம் (மேனி) உள்ள முடியினைக் கத்தியினால் சிராய்த்து, நீக்கும் நடவடிக்கை. இரண்டு பக்கக் கைப் பிடிகளைக் கொண்டு மழித்தெடுக்கும் அக்கத்தி அரைவட்ட வடிவில் இருப்பதால், அதனை 'அரைவட்டம்' என்று அழைப்பர்.

அதன் பிறகு, கொழுப்பு இருக்கும் பக்கமாகத் திருப்பி, உட்பக்கம் இருக்கும் சவ்வினை அதற்கானச் 'சல்லாக்கத்தியினைக்' கொண்டு சீவி நீக்குவார்கள். இந்த நடவடிக்கைக்குச் *சல்லாச் சீவுதல்* எனப் பெயர்.

இதன் பின், தோல்களை அமிலக்கரைசல் அடங்கிய பீப்பாய்கள் அல்லது குழிகளில் இட வேண்டும். அதாவது, அவற்றை நொதித் தலுக்கு உட்படுத்தவேண்டும். மரப்பட்டையினாலான கரைசல் உண்டாக்கும் வேதியல் மாற்றத்தின் காரணமாக தோல்கள் உப்பி விடும். உபரி சுண்ணாம்பினை அமிலங்கள் நீக்கிவிடும்.

இறுதியாகப் பதனிடல் தொடங்கும். இனி, ஒருவகையான கெட்டியான கரைசலைத் தயாரிக்கும் வேலை. டேன் கரைசலின் காரணமாகத் தனித்தனியாகப் பிரிந்திருக்கும் தோல்களைக் குவித்து வைக்கவேண்டும். நீரினை அவை மேல் ஊற்ற, மரப்பட்டை யினாலான டேன் கரைசலில் கரைந்து, தோல்கள் அதனை உறிந்துகொள்ளும். தொடர்ந்து தோல்களைத் திருப்பிப்போட்ட படியே இருக்க வேண்டும். அதேபோல், நீரினையும் டேன் கரை சலையும் புதுப்பிக்கவேண்டும்.

பன்னிரண்டு அல்லது பதினெட்டு மாத முடிவில், தேவைப்படும் தரத்துக்கு ஏற்ப, தோல்களை எடுக்க வேண்டும். அதன் பின் செய்ய வேண்டிய வேலை, அவற்றை உலரும்படி தொங்கவிட வேண்டி யதுதான்.

இதன்பிறகு தான், தோல் தயாரிக்கும் வேலை. அதாவது, தோலி னை இழுப்பது, சம நிலை உண்டாக்குவது, மெருகேற்றுவது, பள பளப்பு உண்டாகுவது, சாயம் ஏற்றுவது எல்லாம் நடக்கும்.

இத்தகைய செய்முறைகளைக் கவனித்தபடி ஆர்வமுடன் தன் தந்தையின் பின்னால் வளையவந்த சிறு வயது லூயியைக் கொஞ்சம் கற்பனை செய்து பாருங்கள்.

தோல் பதனிடுபவர்மீது கொண்ட அளவுகடந்த மதிப்பு என்பதைக் காட்டிலும் அவரிடமிருந்து பாடம் ஒன்றையும் அச்சிறுவன் கற்றுக் கொண்டான். இறப்புக்குப்பின்னும் மூலக்கூறுகள் தொடர்ந்து பரிணாம வளர்ச்சிக்குட்பட்டு அவற்றுள்ளாகப் பரிவர்த்தனைகள் நடைபெற்றுக்கொண்டு இருப்பதால் அவை தொடர்ந்து வாழும் என்பதுதான் அப்பாடம்.

ஆனால், உண்மையை ஒப்புக்கொண்டால், இந்தப் பணி நாற்றம் மிக்கது. இன்னும் சொல்லப்போனால், இதில் உள்ள சில செய்முறைகள் சற்று மென்மையான ஆட்களுக்கு வெறுப்பையே வரவழைத்துவிடும் அபாயமும் உண்டு.

பஸ்தேர் குடும்பம் வசித்து வந்த தெருவின் முனையில் வாய்க்கால் கரையோரம், டோல் பகுதியின் முக்கிய கறிக்கடை இயங்கி வந்தது. அந்தக் கடையில்தான் தோல்பதனிடுபவர்கள் தோல் கொள்முதல் செய்வது வழக்கம். கடையின் உரிமையாளர் மனசாட்சி இல்லாதவர். பாய்கின்ற தண்ணீர்தானே என்று கருதி மிருகங்களின் உட்கழிவுகளை அதில்தான் வீசுவார். எல்லாவிதமான தொற்றுகளும் குடியேற வசதியான இடமாக அப்பகுதி இருந்தது. அந்தக் கழிவுகளின் தொடர் பாய்ச்சலை சுவாசித்தபடியே பஸ்தேரின் முதல் இரண்டு வருடங்கள் கழிந்தன.

சுகாதாரத்தின்மீது பஸ்தேருக்கிருந்த தீராத ஆர்வம் குறித்தும், கை குலுக்க அவர் காட்டும் வெறுப்பு (அந்தச் செய்கைக்குமுன் அந்தக் கை எங்கெல்லாம் தடம் பதித்திருக்கும் எனத் தெரியாததால்), குறித்தும் ஆச்சரியப்படுபவர்கள், சிறு வயதில் பஸ்தேரின் முதல் விளையாட்டுத் தோட்டம் எது என்பதை எண்ணிப்பார்க்க வேண்டும். அது ஒரு நாற்றமிக்க வாய்க்கால்.

அர்புவா

சிலருடைய வாழ்க்கை, நிலத்தில் ஊன்றப்பட்ட கழியைச் சுற்றிப் படரும் திராட்சைக் கொடி போல் ஏதாவது ஓர் இடத்தைச் சுற்றியே வலம்வரும். அந்த நிலப்பகுதியோடு அவர்களுடைய வாழ்க்கை பிணைந்து பற்றிக் கொள்ளும். அப்பகுதியில் அவர்கள் வளர்வார்கள். அங்கேயே ஓய்வும் கிடைக்கும். எதிர்காலத்தை முழுபலத்துடன் எதிர்கொள்ளத் தேவையான சக்தியும் கிடைக்கும்.

ஒரு குறிப்பிட்ட இடத்துடனான இத்தகைய முக்கியமான தொடர்பு குறித்துக் கிரேக்கத் தொன்மக் கதை ஒன்று உள்ளது.

லிபியா நாட்டின் அரசர் ஆந்தியேஸ், பெருங்கடல்களின் கடவுளான பொசெய்டோன் மற்றும் பூமித்தாய் ஆகியோரின் மகன் ஆவார். அவருடைய அரசாட்சியின்போது, தன்னுடன்போட்டியிட்டு வென்று பார்க்கும்படி எல்லோரிடமும் சவால் விட்டார். அவருக்கு எப்பொழுதுமே வெற்றிதான். காரணம், சோர்வடைந்த அடுத்த நொடி, அவரது காலினை நிலத்தில் ஊன்றினால் போதும். இழந்த சக்தியனைத்தையும் மீண்டும் பெற்றுவிடுவார். அவரை வென்ற ஒரே வீரர் ஹெராக்லஸ் மட்டுமே. அந்தியூஸை அந்தரத்திலேயே நிறுத்தி, அதன்மூலம் சக்தியை அவரிடமிருந்து பிரித்துவைத்து, அவரைத் தளர்வடையச் செய்தார். இக்கதை, தன் நிலத்தின்மீது எப்பொழுதும் பற்றுக்கொண்டு எதையும் எதிர்த்துப் போராடத் தயாராக இருக்கும் பஸ்தேருக்கு மிகவும் பொருந்தும்.

இரண்டு ஆண்டுகள், ஏழு மாதங்கள் டோல் பகுதியில் கழித்த பின்னர், சலென் நகரின் அருகில் உள்ள சிறிய கிராமமான மர் னோஸுக்கு பஸ்தேரின் குடும்பம் குடியேறியது. ஆனால், அந்த ஊரில் இருந்த வாஷ் எனும் ஓடையின் நீரோட்டத்தில் வேகம் இல்லை. தோல் பதனிடுவது அவ்வளவு எளிதாக இல்லை. அருகில் உள்ள ஓர் ஊரில் வாடகை வீடு கிடைக்கவே, ழான் ழொசேஃப் உடனடியாக அங்குச் சென்றார்.

*1830*ஆம் ஆண்டு, அர்புவா பகுதிக்கு பஸ்தேர் குடும்பம் வந்து சேர்ந்தது. ஏழாயிரம் பேர்கொண்ட மக்கள் தொகையும், நான்கு காகித ஆலைகள், உலோகப்பட்டறைகள், பதினைந்து எண்ணெய் ஆலைகள், தொப்பி வியாபாரி ஒருவர், இனிப்பு விற்பனையாளர்கள் இருவர், நான்கு கடிகார விற்பனையாளர்கள் என இவர்களோடு, ஊரின் இரண்டு சிறப்பம்சங்களாகத் திருப்புளியும் வைனும் உடைய சுறுசுறுப்பானதொரு நகரம்.

மேலும், எதிர்ப்பு உணர்ச்சி கொண்ட நகரமும்கூட. நாம் இருப் பது பிரான்ஷ் கோந்தே எனும் பகுதி என்பதை மறக்க வேண்டாம். சில நாட்களுக்கு முன்தான் பிரஞ்சுப்பகுதியாக மாறியிருந்தது.

'பிரான்ஷ்' (நேர்மை) எனும் பெயரடை 'கோந்தே' வுடன் சேர் வதால் மற்ற இடங்களைக் காட்டிலும் இங்குக் குறைவாகப் பொய் பேசுவார்கள் என்று பொருள்கொள்ளக்கூடாது. ஆனால், அந்த ஊரினர் விடுதலையை அதிகமாக நேசித்தனர்.

*1830*ஆம் ஆண்டு. ஜூலை மாதம் *27, 28, 29* ஆகிய மூன்று நாட் களும் பாரீஸ் மக்கள் வெகுண்டு எழுந்தனர். பத்தாம் சார்லஸ், லூயி பிலிப்பிடம் ஆட்சியைப் பறிகொடுத்தார். மன்னராட்சிக்குப் பதில் அரசியலமைப்பு உருவானது. அதுவரை "பிரான்ஸின் அரசர்" என இருந்த நிலைமாறி "பிரஞ்சு மக்களின்" அரசர் ஆனார்.

அர்புவா பகுதியும் அமைதியாக இல்லை. தேவாலய மணிக் கூண்டின் உச்சியில் மூவண்ணக்கொடி ஒன்று பறந்தது. மது உற்பத்திக் கான திராட்சை பயிரிடும் தொழில் நலிவடைந்து வந்தது. முடியாட்சி தங்களுக்கு வரி குறைப்பு அளிக்குமெனத் திராட்சை பயிரிடுபவர்கள் எதிர்பார்த்தனர். அவர்களுக்கு அது மறுக்கப்பட்டதால், குடியாட்சிமீது நம்பிக்கை வைத்தார்கள். எல்லோரும் அமைதியடைய மேலும் காத்திருக்க வேண்டியிருந்தது. பொலிஞி பகுதியில், பிரதிநிதிக்குழு ஒன்று துணை ஆட்சியரைச் சந்தித்தது. அவர்களைப் பார்த்து, யார் உங்கள் தலைவர் என அவர் கேட்டார். அதற்கு, "இல்லை ஐயா, நாங்கள் எல்லோருமே தலைவர்கள்" என அங்கு சென்ற அர்புவா பகுதி மக்கள் பதில் அளித்தனர்.

1838ஆம் ஆண்டு.

லூயி பஸ்தேருக்கு 16 வயது.

உயர்நிலைக்கல்வியை முடிக்க ஏதுவாக பள்ளி அருகிலேயே தங்கிப் படிக்கப் பாரீசுக்கு அனுப்பப்பட்டார்.

அங்கு சென்று சில நாட்களே ஆகியிருந்தன. அவர் யாரிடமும் பேசவில்லை; சரியாகச் சாப்பிடவில்லை; தூங்கவில்லை. அவருக்கு வந்துள்ள நோயை எப்படி அழைப்பது? புதிய இடம் ஒத்துப்போக வில்லையா? குடும்பத்தைப் பிரிந்த ஏக்கமா?

ஒரு மாதம்கூட ஆகியிருக்காது. பள்ளிக் கண்காணிப்பாளர் முன் ஒருவர் வந்து நின்றார். பள்ளியின் முதல்வரைச் சந்திக்க விரும்பினார்.

"என் மகனை அழைத்துச் செல்ல வந்திருக்கிறேன்".

"எதற்காகவாம்?"

"அவன் மிகவும் கஷ்டப்படுகிறான்".

லூயியை அழைத்தார்கள். மகனை ழான் ழோசேஃப் கட்டி அரவணைத்து அழைத்துச் சென்றார். அங்கிருந்து வீட்டுக்குப் புறப் பட்டனர். அந்த இரண்டு நாள் குதிரைவண்டிப் பயணத்தில் இரு வரும் பேசவில்லை. பேசி என்ன பயன்? சொல்ல வேண்டியது அனைத்தும் ஏற்கெனவே சொல்லியாயிற்று. தன் தந்தையின் பாசமிகு அரவணைப்பிலிருந்து, 1838ஆம் ஆண்டு அக்டோபர் மாதத்தில் அந்த ஏதோ ஒரு நாளில்தான் பஸ்தேர் உருவாகியிருக்கக் கூடும். மீதமுள்ள அவருடைய வாழ்க்கைக்குத் தந்தையின் இத்தகைய பாசம்தந்த ஆற்றலை அளவிட முடியாது.

பிற்காலத்தில் தலைநகருக்குத் திரும்பிவர வேண்டிய அவசியம் அவருக்கு ஏற்பட்டது. எனினும், அர்புவா பகுதியுடனான தன் தொடர்பை அவர் ஒருபோதும் துண்டித்துக்கொள்ளவில்லை. இறை வன் படைத்த ஒவ்வொரு கோடையிலும் இரண்டு மாதங்கள் அங்கு சென்றுவிடுவார். ஒரே ஒரு வருடம் மட்டும், அப்பகுதியின் மேய ருடன் ஏற்பட்ட மோதலின் காரணமாக அப்படிச் செல்ல இயல வில்லை.

அப்பகுதி மீது எதற்காக அப்படி ஒரு பற்று?, ழான் ழொசேஃப்பால் மிகவும் நேசிக்கப்பட்டவரான பஸ்தேரின் சிறுவயது நினைவுகள் மட்டுமே இதற்கான காரணமாக சொல்லி இதனை விளக்க இயலாது.

அர்புவா பகுதி என்றால் இனிமை. எடுப்பான வடிவமைப்போடு, கண்களுக்கு இதமளிக்குமொரு இயற்கைக்காட்சி. திராட்சைபயிரிடப் பட்ட மலைச்சரிவுகள், உச்சிப்பகுதியில் சில மரங்கள். பரந்து விரிந்திருக்கும் பள்ளத்தாக்கின் முடிவில் ஓர் உயரமான தேவாலயம். அதைச் சுற்றிலும் நெருக்கியடித்துக்கொண்டு வீடுகள். அவற்றுள் சிலவற்றுக்கு உள்ளூர் மதுவின் நிறமான அதே மஞ்சள் நிறம்.

மழை பெய்யும்போதும் இத்தகைய சூரியனின் தாக்கம் உணரப்பட்டதுதான் காரணமோ?

இந்த இடத்துக்கு மிகப் பெரிய அழகினைத் தரும் குயிசான்ஸ் ஆற்றினை மறந்துவிடவேண்டாம். நிச்சயமாக அதுதான் முக்கிய வரப்பிரசாதம். ஆறு என்றதும் தவறாக முடிவு செய்துவிடாதீர்கள். அது ஒரு அமைதியான நீரோட்டம் இல்லை. ஆர்ப்பரித்து வரும் அருவியைப் போன்றது. வீடுகளுக்கு இடையே உறுமியபடி இரண்டு பிரிவுகளாக அது கீழே விழக் காரணம் மலைச்சரிவு கரடுமுரடாக இருப்பதுதான். இப்படி அருவிகள் கடந்து செல்லும் நகரத்துக்கு ஆற்றல் பஞ்சம் எதுவும் இருக்க முடியாது.

தனக்குப் பிடித்த நகரான அர்புவாவுக்குத் திரும்பும் ஒவ்வொரு முறையும், சன்னல்களை நன்றாகத் திறந்து வைக்கும்படி பஸ்தேர் கேட்பது வழக்கம். ஆற்றுநீர் விழுந்து சிதறுவதைக் கேட்டு இரசிக்க அவர் விரும்புவார். ஆஞ்சியோ மருத்துவர்கள் அப்படித்தான். ரத்த நாளங்களில் ரத்த ஓட்டப் பாதையில் எந்தத் தடையும் இல்லை என்பதை உறுதி செய்துகொள்ள இ.சி.ஜி. திரையை மட்டும் பார்த்துத் திருப்தியடைவதில்லை. காது கொடுத்துக் கேட்பார்கள். வாழ்க்கையை வெறுமனே கண்களைக் கொண்டு மட்டும் ஆய்வு செய்வதில்லை.

நீரின் ஓட்டத்தைப் பற்றி விளக்கிக்கொண்டிருந்தேன்.

மலைமீதுள்ள சமதளத்தில் மழை பெய்து முடியும். அங்கிருந்து அருவியாய் வெளிவரும். அல்லது பாறைகளில் ஆழமாக இறங்கி நிலத்தடியில் ஏரிகளாக உருவாகும். இவை மலைமுகடுகளின் கீழ் சுதந்திரக் காற்றைச் சுவாசிக்கும் விதமாக ஆறுகளை உண்டாக்கும்.

இதுதான் குயிசான்ஸ் ஆறு.

பிலான்ஷ் மலைக்குகைகளின் பின்பகுதியிலும் குயில் தெ ஃபோர்ழ் பின் பகுதியிலும் அருவியாய் நீர் வெளியேறும்.

தலைமை ஊற்றைப் பொறுத்தவரை, அது குயில் துய் பிரே எனும் அழகிய பெயருடைய மற்றுமொரு பின்பகுதிக்கு வந்து சேர்வதைப் பார்க்கலாம்.

நினைவு தெரிந்த நாள் முதல், இந்த மூன்று ஊற்றுகளும்தான் அங்கு உலா செல்பவர்களின் இலக்காக இருக்கின்றன. இவற்றைக் கண்டு அதிசயித்த குழந்தைகள் பலர். அவர்களுள் பஸ்தேரும் ஒருவர். ஆனால், புதிரும் பிரம்மாண்டமும் நிறைந்த இந்தக் காட்சி அவருடைய ஆன்மாவை மட்டும் பெரிதும் கவர்ந்துவிட்டது. நீரின் ஓட்டத்திற்கும் வாழ்க்கையின் ஓட்டத்திற்கும் அவ்வளவு ஒற்றுமை இருந்தது. இருட்டு, வெளிச்சம், உறுதி, வலுவின்மை, ஆர்ப்பரிப்பு, அமைதியான அசைவு என வாழ்க்கையைப் போன்று மாறி மாறி நிகழ்வுகள்.

உண்மையில், பிளவு என்றால் என்ன?

மண்ணரிப்பில் உருவாகி, உப்புப் பாறையில் அமைந்த ஆழமான தொரு பள்ளம்.

கலைஞன்

உற்றுநோக்கக் கற்றுக்கொள்ள ஓவியத்தைக் காட்டிலும் நல்ல பள்ளிக்கூடம் வேறு என்ன இருக்கிறது? அதில்தான் எதார்த்தம் எந்த அளவு பல்வகைப்பட்டது என்பதை அளவிட முடியும். பின்னர் அமர்ந்து, தாள் ஒன்றில் சில கோடுகளில் அதைச் சுருக்கிவிட முடியும்.

ஓய்வு நேரம் கிடைக்கும்போது, ழான் ழொசேஃப் வரைவதில் ஈடுபாடு காட்டினார்.

ஞாயிற்றுக்கிழமைகளில் அவர் உருவாக்கிய ஓவியங்களில் ஒன்று மட்டுமே மீதமுள்ளது. அதில் இராணுவக் காட்சி ஒன்று இடம் பெற்றிருந்தது. மரப்பலகையின் மீது தீட்டப்பட்டிருந்த அவ் வோவியம் ஓரளவு கொடூரமானது என்றே சொல்லலாம். அதில், கலப்பை ஒன்றின்மீது ஊன்றியபடி, தொலைநோக்கி வைத்திருந்த இராணுவ வீரர் ஒருவர் சற்றுமுன் தன்னால் தோண்டப்பட்ட சவக் குழியைப் பார்த்துக்கொண்டிருந்தார்.

தந்தையிடம் அடிப்படை விஷயங்களைக் கற்றுக்கொண்ட லூயி, வரையத் தொடங்கினார். ஓவியர் செய்வது போல், தூரிகைப் பலகையில் நிறங்களைக் கலப்பதற்குப் பதிலாக எண்ணற்ற குச்சிகளுள் தங்களுக்கு ஏற்றதைத் தெரிவு செய்யவேண்டும். 18ஆம் நூற்றாண்டில் மிகவும் செல்வாக்குடன் இருந்த இந்தக் கலையில் சிறப்பிடத்தைப்

பெற்று இருந்தவர் கென்தேன் தெலாத்தூர். இத்தகைய வரவேற்புப் பெற்றிருந்த இக்கலை, கொஞ்சம் கொஞ்சமாகப் புறக்கணிக்கப் பட்டதற்குக் காரணம், குச்சிகளிலிருந்து கிடைத்த "உயரிய தூள்" தாக்குப் பிடிக்கவில்லை என்பதுதான். தவறுதலாக ஒரு சொட்டு நீர் அல்லது விரல் பட்டுவிட்டால்கூட அந்தப் படைப்பு அழிந்துவிடும். உருவாக்கி முடித்த அடுத்த கணமே அதனைக் கண்ணாடி ஒன்றின் அடியில் வைத்துவிடவேண்டும்.

சில தொடக்ககால முயற்சிகளுக்குப் பின், தன் அம்மாவை முதல் மாடலாக பஸ்தேர் தேர்ந்தெடுத்தார். அந்தப் படைப்பு, குடும்பத்தை வியப்பில் ஆழ்த்தியது. ஊடுருவும் பார்வை இருப்பினும் எப்பொழு தும் கனிவாகக் காட்சியளிக்கும் நம் ழான் எத்தியெனேத்தின் முக பாவத்தைப் பதினான்கே வயதுடைய நம் பஸ்தேரால் இவ்வளவு தெளிவாக எப்படிக் கொண்டுவர முடிந்தது?

பாராட்டுகள். ஆரவாரம். உள்ளூர் கலைஞன் ஒருவன் பிறந்து விட்டான்.

இயற்கைக் காட்சிகள் இல்லை. உயிரற்ற பொருட்களின் படங் கள் இல்லை. உருவங்கள் மீதே லூயி ஆர்வம் காட்டினார்.

பத்திரப் பதிவாளரான புலோந்தோ ழான் பியர் உள்ளிட்ட அர்புவா பகுதியைச் சேர்ந்த பிரபலங்கள், நெருங்கிய நண்பர்கள் என அருகில் வசித்த அனைவரும் வந்து போஸ் கொடுத்துச் சென்றனர்.

பெஸான்சோன் உயர்நிலைப்பள்ளிக்கு வருவதற்கு முன்பாகவே இளம் பஸ்தேரின் புகழ் அங்கு பரவியிருந்தது. வகுப்புத் தோழர்கள் முதல் தலைமை ஆசிரியர் வரை எல்லோரும் தத்தமது படத்தை வரைந்து தரும்படிக் கேட்டனர். வேலை முடிந்ததும், எல்லோரும் "என்ன ஒரு துல்லியம்!" என ஒரேவிதமாக வியப்புடன் வாழ்த்தினர்.

உண்மைதான். உருவங்களில் உணர்ச்சிகள் இல்லாமல், உயிர் இல்லாமல், சதையைவிட மெழுகு அதிகமாக இருப்பது போல் தோன்றினாலும் அந்தத் துல்லியம் எல்லோரையும் ஆச்சரியமடைய வைத்தது. கவனிப்பதில் ஓர் ஆர்வம், கூர்மையாகக் கவனிக்கும் கண் கள், சோர்வின்றித் தேடிக்கொண்டே இருக்கும் பார்வை, இவை அனைத்தும் பஸ்தேரிடம் இருப்பதை உணர முடிந்தது.

இவ்வளவு அருமையாகத் தொடங்கிய பஸ்தேரின் கலைப்பயணம் திடீரென நிற்கவேண்டியதாயிற்று. 1843ஆம் ஆண்டு, ஏறக்குறைய அவரது 21ஆவது வயது, அன்றுதான் அவருடைய கடைசி படைப்பு

உருவான நாள். அது அவருடைய அப்பா ழான் ழொசேஃபின் உருவம் கொண்ட ஓவியம். பெரிய காலர் வைத்த அங்கியிலிருந்து அவருடைய தலை வெளியே நீட்டியிருந்தது. அவரது விழிகளில், வியப்புடன் கலந்த புன்னகை அரும்பியது.

“எல்லாவற்றிற்கும் ஒரு காலம் உண்டு” என்கிறது வேதம். கலைக்கான காலம், அது முடிந்துவிட்டது. இனி அறிவியலுக்கான காலம் தொடங்கிவிட்டது.

தன் ஏனைய வாழ்நாள் முழுவதும், நுண்ணோக்கி வழியாகக் கவனிக்கும் விஷயங்களை வரைந்து கொண்டேயிருக்க அவர் தவற வில்லை. ஆனால், அவற்றைத் தொழில்முறை ஓவியர்களிடம் ஒப்படைத்துவிடுவார். அவர்களுள் ஒருவர்தான் லாச்சர்போயர்.

மொனே, மனே என இரு ஓவியர்களையும் அவருக்குப் பிடிக்கும் என்றாலும்கூட ஒகுயிஸ்த் புவான்தேலனையே பெரிதும் விரும்பி னார். அதே நேரம், ஒளிப்படக்கலைஞரான நதாருக்கு நண்பராகி அவருக்கு மாடலாகினார்.

முனைப்பினைப் போற்றுவோம்

தொடக்கக்காலத்தில் பின்தங்கிய மாணவராக இருந்த லூயியின் படிப்பில், கொஞ்சம் கொஞ்சமாக முன்னேற்றம் ஏற்பட்டது. தங்கள் பிள்ளைகளின் மோசமான தேர்வு முடிவுகளைக் கண்டு எரிச்சலடைந்த சில பெற்றோர்கள், அறிவியல், கணிதம் உள்ளிட்ட பாடப்பிரிவுகள் கொண்ட பள்ளியிறுதித் தேர்வின் முதல் முயற்சி யில் பஸ்தேர் தேர்வாகவில்லை என்பதைக் கேள்விப்பட்டு சந்தோஷ மடைந்தனர். பக்கலோரியா என்னும் இந்தப் பட்டம், பெரிய நுழைவுத்தேர்வுகளை எழுதக் கட்டாயமாகும்.

"என் மகனே, நீ அதிகம் கவலைப்படாதே. ஆனால், பஸ்தேர் படிப்பில் தீவிரமானவன் என்பதை மட்டும் மறந்துவிடாதே". இப் படிச் சில பெற்றோர்கள் பிள்ளைகளிடம் கூறுவதுண்டு.

குறிப்பிட்ட திறன்கள் எதுவும் இல்லாமல், பஸ்தேர் தீவிரமாக உழைத்தார். குறிப்பாக, அவர் உயிரை வாங்கிய கணிதத்தில் அதிக தீவிரம் காட்டினார்.

தினமும் காலை ஐந்து மணிக்கே, பெஸான்சோன் பள்ளியின் காவலர் அவரை எழுப்பிவிடுவார்: "பஸ்தேர் சார், சோம்பல் பேயை ஓட்டலாம் வாங்க!" என்பார்.

அர்புவாவில் இருந்து, ழான் ழொசேஃப், மகனின் உடல்நிலை குறித்த கவலையோடு, "கொஞ்சம் நிறுத்து. இந்த வேகம் கூடாது. உடல்நிலையைக் கவனித்துக்கொள்." என்பார்.

நிச்சயமாக, இவரைவிடச் சிறந்த தந்தையைக் காண முடியாது. தன் பிள்ளை சொல்வதைக் கவனிக்கவும் தெரியும். எப்பொழுது தேவையோ, அப்பொழுது தோள்மீது கை போடவும் அவருக்குத் தெரியும். தன் மகனின் எதிர்காலம் குறித்து வைத்திருக்கும் பெரும் எதிர்பார்ப்புகளைக் காட்டிலும் தன் மகன்தான் அவருக்கு எப்பொழுதும் முக்கியம்.

சேன் லூயி கல்லூரியில் படிப்பைத் தொடர பாரீஸ் வந்த லூயி பஸ்தேர் இரட்டிப்பாக உழைத்தார். பஸ்தேரின் இலக்கிலிருந்து அவரது கவனத்தைத் திசை திருப்ப தலைநகரின் எந்த விஷயத்தாலும் இயலவில்லை. கிடைத்த ஓய்வு நேரத்தைத் தன் குடும்பத்துக்குக் கடிதம் எழுத மட்டுமே பயன்படுத்திக் கொண்டார். தந்தையுடன் பேசும்போது, அன்றாட விஷயங்களைப் பற்றிய விசாரிப்புகளுக்கு அப்பால், தன் சகோதரிகள் குறித்து அதிகம் கவலையடைந்தார். அவர்கள் தங்கள் வேலைமீது பஸ்தேர் அளவுக்கு நாட்டம் இல்லாதவர்கள். (அவர்களுக்கும் அதற்கும் வெகுதூரம்!) இவருக்கு பதினெட்டு வயதாகிறது. அவர்களுக்கு முறையே பதினைந்தும், பதினான்கும் ஆகிறது. அவர்களுக்கு பஸ்தேர் வலியுறுத்திய விஷயங்கள் இவைதான் :

“என் அருமை சகோதரிகளே, நமக்கு விழைவுகள் நிறைய வேண்டும். ஏனெனில், விழைவைத்தான் உழைப்பு, செயல் ஆகியவை பின் தொடரும். உழைப்புக்குத் தோழனாக வெற்றி இருக்கும். மானிட வாழ்வு, “விழைவு, உழைப்பு, வெற்றி” ஆகிய மூன்று விஷயங்களால் ஆனதுதான். மகிழ்ச்சிகரமான அறிவார்ந்த பணிகளின் வாயிலை விழைவு திறந்துவைக்கும். உழைப்பு அவற்றைக் கடக்க உதவும். பிறகு, பயணத்தின் முடிவில், வெற்றி வந்து படைப்புக்கு மகுடம்சூட்டும்...”

“தற்செயலாக உங்கள் பயணத்தில் நீங்கள் தள்ளாட நேர்ந்தால், உங்களைத் தாங்கிப் பிடிக்க ஒரு கை அங்குக் காத்திருக்கும்...”

“என் அருமை சகோதரிகளே! நான் சொல்வதையெல்லாம் நன்கு உள்வாங்கிப் புரிந்துகொள்வீர்கள் என நம்புகிறேன். இவற்றை உங்கள் ஆழ்மனதில் நன்றாகப் பதிய வைத்துக்கொள்ளுங்கள். இவை உங்களுக்கு வழிகாட்டியாக இருக்கட்டும். அவ்வளவுதான். விடை பெறுகிறேன். இப்படிக்கு, உங்கள் சகோதரன்.”

இத்தகைய முனைப்புக்குப் பலன் கிட்டியது. ஆனால், மெதுவாகக் கிட்டிய அப்பலன் ஏதோ தயக்கத்தோடு வந்ததுபோல் இருந்தது. அறிவியல், தன் அரசவையில் இளம் லூயியைச் சேர்த்துக்கொள்ள அரை மனதோடு ஒப்புதல் அளித்தது போல் இருந்தது.

ஆம்! 1842ஆம் ஆண்டு, (அதற்குள் அவருக்கு இருபது வயதாகி இருந்தது) ஒருவழியாக அறிவியல் பிரிவின் பக்கலோரியாவில் (மேல் நிலைத்தேர்வு) தேர்ச்சியடைந்தார். அதுவும் வேதியலில் மோசமான மதிப்பெண்!

சிறிது காலம் கழித்து எக்கோல் நொர்மால் எனப்படும் ஆசிரியர் பயிற்சிப் பள்ளியில் சேர்த்துக்கொள்ளப்பட்டாலும், உதவித்தொகை பெறுவதற்கான தகுதியுடைவர்கள் பட்டியலில் வகுப்பில் தான் மிகவும் பின்தங்கிய நிலையில் இருப்பதை உணர்ந்தார் (இருபத்தி இரண்டு பேரில் பதினைந்தாம் நிலை). இதைவிட அப்பள்ளியில் சேராமல் இருப்பதே நல்லது என நினைத்தார்.

மீண்டும் உழைக்கத் தொடங்கினார். மேலும், தன் படிப்புச் செலவைச் சமாளிக்க இளம் மாணவர்களுக்குச் சில மணிநேரங்கள் பாடம் கற்றுக்கொடுத்தார்.

இறுதியில், 1843ஆம் ஆண்டு முடியும்போது, அறிவியல் பிரிவில் நான்காம் நிலையில் அவருக்கு எக்கோல் நொர்மால் என்ற அப் பள்ளியில் இடம் கிடைத்தது. இந்த நல்ல செய்தி கிடைத்ததும், ஓடிப் போய் யுல்ம் தெருவில் உள்ள கல்லூரி வாசல் கதவின் அழைப்பு மணியை அழுத்தினார். கல்லூரி காலியாக இருந்தது. இன்னும் ஒரு மாதம் கழித்துதான் மீண்டும் திறக்கும். எனினும், அவருக்கு ஒரு படுக்கை தர ஏற்பாடு செய்யப்பட்டது.

இயற்பியலில் “அக்ரமே” என்னும் முதுகலைப் பட்டம் பெற்றார். அவர் பங்கேற்றத் தேர்வுகளில், அவர் அளித்தப் பதில்கள் பெரும் பாராட்டைப்பெற்றன. ஆசிரியர் பணியில், அவருக்கு நல்ல எதிர் காலம் காத்திருப்பதாக எல்லோரும் ஆருடம் கூறினர். அவருடைய அப்பாவும், தன்பிள்ளை பிரான்ஷ் கோந்தேக்குத் திரும்பிவந்து கல்வி கற்பிக்க வேண்டும் எனக் கனவு கண்டார்.

அது அர்புவா கல்லூரியிலேயே இருக்கக் கூடாதா? ஆனால், லூயி பஸ்தேருக்கு வேறு திட்டங்கள் இருந்தன.

தான் கற்ற கல்லூரியான எக்கோல் நொர்மாலிலேயே ஆராய்ச்சி உதவியாளர் பதவியைப் பெறப் போராடினார். அங்குதான் ஆராய்ச் சியின் கதவு திறந்தது.

தன் உதவியாளராக அருகிலிருந்து பணியாற்றலாமே என அந்து வான் ழெரோம் பலார் என்பவர் அவருக்கு யோசனை கூறினார். புரோமினைக் கண்டுபிடித்தவர், மருந்தியலாளர், வேதியலாளர், அறிவியல் கழகத்தின் உறுப்பினர் எனப் பல தகுதிகளுடைய பலார்

தொழிற்சாலை வட்டத்தோடு அதிகத் தொடர்புடையவர். காரணம், சலென் துய் மிதி என்னும் உப்புச் சுரங்கத்தை உருவாக்குவதில் பங்கேற்றவர் அவர். அவரைவிடச் சிறந்ததொரு மேலதிகாரியைப் பெறுவது கடினம்.

உண்மையான வாழ்க்கை தொடங்கிவிட்டது. மனைவி? அதைப் பற்றி பஸ்தேர் யோசிக்கவில்லை. முற்றிலுமாகப் பணிக்கெனத் தன்னை அர்ப்பணித்துக்கொண்ட அவருடைய வாழ்வு முறையை எந்தவொரு பெண்ணாலும் பொறுத்துக்கொள்ள இயலாது. பஸ்தேரின் அருமை சகோதரியான ழோசஃபின், குடும்பத்தை நன்கு கவனித்துக் கொள்வார்.

என் அருமைப் பெற்றோர்களே
வாழ்க பல்லாண்டு

நாற்பது ஆண்டுகளுக்குப் பிறகு.

டோல் நகரம். 1883ஆம் ஆண்டு ஜுலை மாதம் 14ஆம் நாள்.

அந்தப் பெரிய மனிதர் பிறந்த வீட்டின்முன் நகரமே ஊர்வலமாகத் திரண்டு வந்து நின்றது. நினைவுப் பலகை ஒன்றைத் திறந்துவைக்கவே அவர்கள் அங்கு கூடியிருந்தனர்.

"ஐயா, நீங்கள் மனிதகுலத்திற்கு நன்மை செய்த மனிதர்" என்றார் நகரத்தந்தை.

"பிரஞ்சுக் குடியரசின் சார்பாக, இந்தச் சிறிய தெருவில் உள்ள சிறிய வீட்டில் தான் அவர் பிறந்தார் என்பதை நினைவூட்டும் இப்பலகையினை வணங்குகிறேன்" என நுண்கலை இயக்குநர் திரு. கேம்ப் ஃபெர் (ஆட்சிக்குழுத் தலைவரின் பிரதிநிதி) தொடர்ந்தார்.

இப்பொழுது, பஸ்தேர் பேச வேண்டிய முறை:

"இந்த நினைவுப் பலகையில் என் வாழ்வின் ஆசை, ஆர்வம் ஆகியவை கலந்த இரண்டு மகத்தான விஷயங்களையும் உங்கள் அன்புள்ளம் ஒரே நேரத்தில் ஒன்றிணைத்துவிட்டது: அவை அறிவியல் மீது கொண்ட காதல், என் தந்தையின் வீட்டை போற்றுதல்".

“என் தந்தையே, தாயே. இந்தச் சிறிய வீட்டில் அத்தனை எளிமை யாக வாழ்ந்து மறைந்த என் இனிய சொந்தங்களே. இத்தனையும் பெற நான் உங்களுக்குத்தான் கடமைப்பட்டுள்ளேன்! உறுதி கொண்ட என் தாயே, உன் சுறுசுறுப்பை என்னுள் இறக்கிவிட்டாய். அறிவிய லின் மேன்மையைத் தேசத்தின் மேன்மையோடு நான் எப்போதும் நினைத்துப்பார்க்கக் காரணம், நீங்கள் என்னுள் விதைத்த உணர்வு கள்தான்”.

“என் இனிய தந்தையே. உன் பணியைக் காட்டிலும், கடினமாக இருந்தது உன் வாழ்க்கை. நீண்டகால முயற்சிகளின்போது பொறு மையின் பங்கு என்னவாக இருக்கும் என்பதை நீ எனக்கு விளக் கினாய். அன்றாடப் பணியில் நான் காட்டிய முனைப்புக்கு நீதான் காரணம். வாழ்வைப் பயனுள்ளதாக்கும் உறுதியான பண்புகளை மட்டுமல்ல, பெரிய மனிதர்கள், பெரிய விஷயங்கள் ஆகியவற்றைப் போற்றும் பண்பையும் நீ பெற்றிருந்தாய்”.

“உயர்வானவற்றை நோக்குவது, அதையும் தாண்டிக் கற்பது, எப்பொழுதும் உயர்ந்த நிலையை அடைய முயல்வது, இவற்றைத் தான் நீ எனக்குப் போதித்தாய். இப்பொழுதும் நீ என் கண்முன் தெரிகிறாய். கடும் பணியை முடித்து வீடு திரும்பியதும், இரவில் ஏதாவது ஒரு புத்தகத்திலிருந்து போர்க் கதையை வாசிப்பாய். நிகழ் கால வரலாற்று நூல்களில் உள்ள அக்கதை நீ வாழ்ந்து அனுபவித்த புகழ்மிகு காலத்தை உனக்கு நினைவூட்டும். எனக்கு வாசிக்கக் கற்றுத்தரும்போது, பிரான்ஸின் உன்னதத்தை நான் அறிந்துகொள்ள வேண்டும் என்றும் நீ அக்கறை காட்டினாய்”.

என் இனிய பெற்றோரே, நீங்கள் கடைப்பிடித்த வாழ்க்கை முறைக்கு நன்றி. நீங்கள் இருவரும் வாழ்க பல்லாண்டு. இந்த வீட்டிற்குச் செலுத்தப்பட்ட புகழ்அஞ்சலியை உங்களுக்குக் காணிக் கையாக்குகிறேன்.

ஒரு நல்ல திருமணம்

ஆய்வுக்காகத் தன் உடல், பொருள், ஆவியைத் தர பஸ்தேர் விரும்பினார். ஆனால், எக்கோல் நொர்மால் மாணவன் முதலில் ஆசிரியராகப் பணியாற்றியாக வேண்டும். எனவே, கல்லூரி நிர்வாகம் அவரை திழோன் உயர்நிலைப்பள்ளியில் ஆசிரியராக நியமித்தது. நிரம்பிவழியும் வகுப்புகளில் உள்ள மாணவர்களுக்குச் சில அடிப் படை இயற்பியல் பாடங்களைக் கற்பிப்பதில் தன் நேரத்தைச் செலவிடுவதைவிட வேறு முக்கியப் பணிகளை மேற்கொள்ளப் பஸ்தேர் விரும்பினார்.

சக்கரம் போல் சுழன்று, தனக்குள்ள அத்தனை சிபாரிசுகளையும் பயன்படுத்திப் பார்த்தார். இருந்த போதிலும், ஸ்டிரஸ்பூரின் அறிவியல் கல்லூரியில் வேதியலுக்கான மாற்று ஆசிரியராகப் பணியமர்த்தப் பட்டார். உயர்நிலை ஆசிரியப்பணியில் மூன்றுமாதக் காலமே அவர் நீடித்தார்.

ஞாயிற்றுக்கிழமை தோறும் இரவில், கல்லூரியின் முதல்வர் திரு. லொரான் தன் வீட்டில் ஆசிரியர்களைச் சந்திப்பதை வழக்கமாகக் கொண்டிருந்தார்.

இளைஞர்களாக இருந்த ஆசிரியர்கள் மீது மட்டும் அவர் தனிக் கவனம் செலுத்திவந்தார். ஏனெனில், அவருக்குத் திருமண வயதில் அமேலி, மரி என இரண்டு பெண்கள் இருந்தனர்.

சாதாரணமான சந்திப்பு. பேசுவது, சிரிப்பது, ஒருவருக்கொருவர் அறிமுகமாவது, சிறு தின்பண்டங்களைக் கொறிப்பது, பீர், சில வேளை வைன் அருந்துவது என அந்தச் சந்திப்புக் கழியும். இப்போது குடும்பத்தில் ஒருவராகி விட்டநிலையில் பஸ்தேர் தன்னை அறிமுகம் செய்துகொள்கிறார். இந்த முதல் சந்திப்பு எப்படி முடிந்தது என்பதைப் பற்றிய தகவல் எதுவும் நம்மிடம் இல்லை. மரியிடமோ அவருடைய சகோதரி அமேலியிடமோ அவர் பேசினாரா என்பதற்கு எந்த ஆதாரமும் இல்லை.

ஆனால், அடுத்த நாள், தலைமையாசிரியருக்கு பஸ்தேர் கடிதம் ஒன்றை எழுதினார்:

"ஐயா,

இன்னும் சில நாட்களில், உங்களிடமும் உங்கள் குடும்பத் தினரிடமும் ஒரு முக்கியமான கோரிக்கை வைக்கப்படும்".

1849ஆம் ஆண்டு பிப்ரவரி மாத இறுதியில், திரு. லொரானின் வீட்டிற்கு மூான் மொசேஃப் வந்தார்.

"உங்கள் மகளை என் மகனுக்குத் தர சம்மதமா?"

"அவள்தான் முடிவு செய்ய வேண்டும்" என்றார் அந்த நவீனத் தந்தை.

தன் மகள்களில் எந்தப் பெண்ணைக் கேட்கிறார் என்று அவருக்கு சரியாகத் தெரியவில்லை. மூான் மொசேஃப் புதிரினை அவிழ்த்தார்.

அப்பெண் மரி.

பஸ்தேருக்கு, மிகவும் கடுமையான மாதமாக மார்ச் கழிந்தது. காரணம், முடிவெடுக்க வேண்டிய பெண் காலம் தாழ்த்தினார்.

"பரிதாபத்திற்குரிய என் அம்மா இறந்ததிலிருந்து, கடந்த சில இரவுகள் போல் நான் இந்த அளவு எப்போதும் அழுததில்லை". என்கிறார் பஸ்தேர்.

ஒருவழியாக, ஏப்ரல் மாதம் 2ஆம் நாள், மரி முடிவெடுத்து விட்டார். "மனப்பூர்வமாகச் சம்மதம்".

அடுத்த நாள் முதலே, பஸ்தேர் மீண்டும் உற்சாகமானார். தன் வருங்கால மாமியாருக்கு ஒரு செய்தி அனுப்பினார்.

"நான் எப்பொழுது உங்கள் வீட்டிற்கு வரலாம் என்பதற்கான சரியான நாள், நேரம் குறித்துச் சொல்கிறீர்களா? ஏனெனில், அதற் கிடையில் என் பணியைக் கவனிப்பேன்".

மே மாதம் 29ஆம் நாள், வாத்தியங்களின் முழக்கம். மோதிரங்கள் மாற்றிக்கொள்ளுதல், ஒருவருக்கொருவர் சம்மத அறிவிப்புகள் என அனைத்தும் நிறைவேறின.

இத்தனை அவசரத்துக்கு எது காரணமாக இருக்கும்?

ஒரே ஒரு சாத்தியக்கூறுதான்:

கண்டதும் காதல்.

எனினும், அதைத்தாண்டி எதுவும் நமக்கு கிடைக்கவில்லை.

ஏனெனில், கண்டதும் காதல் யார் மீது?

லொரானின் மணமாகாத பெண்களில் மிகவும் இளையவரும் அழகானவருமான அமேலி மீதா? (மூன்றாவது பெண்ணுக்கு ஏற்கெனவே குடும்பம் அமைந்துவிட்டது) அல்லது, அவருடைய அக்கா மரி மீதா?

அமேலியிடம் முயற்சி செய்து பார்க்கத் துணிவில்லாததனாலா? அல்லது தனது நிலைக்குக் குறைவாக இருப்பதாக அந்தப் பெண் மறுத்துவிட்டபடியால், இந்தப் பெண்ணிடம் இறங்கிவரும் கட்டா யத்துக்கு உள்ளானாரா? அல்லது அதிக அழகில்லாத, ஆனால், பணி யில் அதிக முனைப்பும், தேவையற்ற வேலைகளில் அதிகம் கவனம் செலுத்தாமலும் இருக்கும் இப்பெண்ணால் நேரிடையாகவும் மனப் பூர்வமாகவும் கவரப்பட்டாரா? இறுதியாக, அதிகக் கூர்மையும் தீர்க்க தரிசனமும் கொண்ட தலைமையாசிரியரால் அப்பெண்ணை நோக்கிச் செல்லுமாறு வழிகாட்டப்பட்டாரா?

லொரான் குடும்பத்தினர் மீது கொண்ட மரியாதையா?

அனைத்து விஷயங்களிலும் செம்மை, உள்ளார்ந்த எளிமை என அக்குடும்பத்தின் அறப்பண்புகள் அவரை ஈர்த்திருந்தன. அவரால் கிடைக்கக்கூடிய பயன்களையும் மறுப்பதற்கில்லை. (பணியினைச் சிறக்கச் செய்வதில் ஒரு தலைமையாசிரியருக்குப்பங்கு உண்டு).

இச்சிறு வாழ்க்கை வரலாற்றில், ஞானம்தான் முக்கிய இடம் வகிக்கிறது என்றாலும், இக்காதல் புதிராகவே இருக்கட்டும். நல்ல திருமண வாழ்க்கை அரிதாகவே அமையும். இவர்களுடையத் திரு மணம் வழக்கமாக ஏற்றுக்கொள்ளப்படும் எல்லா விதிமுறைகளுக் கும் உட்பட்டதாக அமைந்தது:

1) மணபந்தம்: 45 ஆண்டு, 7 மாதம். இக்கால அளவு, மண மகனின் மரணம் காரணமாகவே முடிவுக்கு வந்தது.

2) குழந்தைகள்: 5 பிள்ளைகள்.

3) பங்கு: முழுமையானது. லூயி, மரி இருவருமாக நிகழ்வுகள், சந்தேகங்கள், புகழ் என அனைத்தையும் பங்கிட்டுக்கொண்டனர். மேலும், ஆய்வுப்பணிகள், வெளி கிராமங்களில் மேற்கொண்டப் பணிகள், எதிரிகளுக்குப் பதில்கள்.... என அனைத்தும் இவற்றில் அடங்கும்.

பங்கீடு எனில், தாங்கள் ஏற்கும் பணிகளைப் பங்கிட்டுக் கொள் வதும்தான். இது தொடக்கம் முதலே தெளிவாக இருந்தது. மதக் கட்டுப்பாடு போல்தான் பஸ்தேர் வீட்டுக்குள் நுழைய முடியும். அவருக்கு உரியது அறிவியல். அல்லல்படும் மனித இனம் அவருக் காகக் காத்திருக்கிறது. மரியின் பணி, அந்தப் பெரிய மனிதரின் வாழ்வைப் பாதுகாத்து, அவர்மேற்கொண்டிருக்கும் பெரும் பணியில் அவருடைய கவனத்தை யாரும் ஒரு நிமிடம்கூடக் கலைக்காமல் வாழ்வை ஒழுங்கு செய்வது ஆகும். மரி மட்டும் இல்லை என்றால் பஸ்தேர் இல்லை. அவருக்காகத் தன்னலம் மறந்து சேவை செய்தவர்.

4) விசுவாசம்: இந்தச் சொல்லுக்கு, வெளியே யாருடனும் உறவு கொள்வதில்லை என்று பொருள் கொண்டால், இல்லறத்தில் தங்க ளுக்குள் திருப்தியுடையவர்களாக இவர்கள் இருவரும் இருந்துள் ளனர் என நம்பும்படி அனைத்து விஷயங்களும் உள்ளன. தன் போட்டியாளரான ஜெர்மனி நாட்டின் கோக்குக்கு மாறாக, சண்டை சச்சரவில் தன் சக்தியை விரயம் செய்து, பின் யாராவது இளம் நடிகை ஒருவரைத் திருமணம் செய்துகொள்ளும் வகையைச் சேர்ந் தவராகப் பஸ்தேர் இல்லை.

இரவும் பகலும் பஸ்தேரின் உணர்வை மரி ஆட்கொண்டிருந்தார் எனும் தகவலை அர்புவாவில் உள்ள வீட்டு அறைகளின் அமைப் பின்மூலம் எளிதாகப் புரிந்துகொள்ள முடிகிறது. பஸ்தேரின் அறை, தன் மனைவி உறங்கும் அறையைப் பார்த்தவாறு அமைந்துள்ளது. இரவு நேரத்தில் யாரும் உள்ளே நுழையாமல் பாதுகாக்கத் தாழ்ப்பாள் ஒன்று இருந்தது. அதே சமயம், அந்தப் பக்கத்தில், பரிசோதனைக் கூடத்தைநோக்கியவாறு, அதாவது ஞானத்தைநோக்கியவாறு இருந்த அறைக்கதவு திறந்தே இருந்தது.

மேலும், அதுதான் அந்த வீட்டில் அதிக வெளிச்சமும் அகலமும் கொண்ட அறையாகும்.

சுருக்கமாகச் சொல்லுங்கள். அவர்களுக்குள் காதல் இருந்ததா?

இக்கேள்விக்கு, வேறு ஒரு கேள்வியன்றி எப்படிச் சரியாகப் பதில் சொல்ல முடியும்? அவர்களுக்குள் காதல் இல்லை என்று எப்படி அனுமானிக்க முடியும்? சிலர், குறிப்பாகச் சிலர் மட்டும், மரி ஓர் அடிமை போல் வாழ்ந்துவந்தார் என்று கருதுகின்றனர். அது அறவே உண்மையில்லை. அந்தத் தம்பதியினரின் நண்பர்கள் பார்வையில், "அவர் ஒரு கறாரான நல்ல பெண்மணி". உணர்வுகளை வெளிக்காட்டிக் கொள்வதில் இருவரும் ஒத்திருந்தனர் என்றாலும் தத்தமது வகையில் நேசித்துவந்தனர்.

இவற்றுள், தானே முன்வந்து செய்யும் சேவைக்கு எப்படித் தடைபோட முடியும்? அதுவும் எப்பொழுதும் பாசமாகவும், மதிப்பு மிக்கவராகவும் உள்ள கணவருக்கு உள்ள ஒரே குறிக்கோள் வாழ்வின் செயல்பாடுகளைப் புரிந்துகொள்வதுதான் எனும் நிலையில் எப்படி அது சாத்தியமாகும்?

இரட்டையர்களின் புதிர்

படிகங்கள், இயற்கையான கனிமப் பொருட்களாகும். அவை உறுதியாகவும் மறுபக்கம் தெரியும்படி தெளிவாகவும் இருப்பவை.

இவற்றை ஆய்வு செய்தே, பஸ்தேர் தம் ஆய்வினைத் தொடங்கினார். உயிரற்ற இச்சிறு கற்களில் தொடங்கிய ஞானத்திற்கான அவரது பயணம் இவ்வளவு தூரத்துக்கு அழைத்துச் செல்லும் என யார் அனுமானித்திருக்க முடியும்?

வாழ்வின் செயல்முறைகளை அறியவும், வெறிநாய்க்கடி உட்பட இத்தனை நோய்களுக்கான சிகிச்சை வரை இது உதவும் என்றும் யார் கணித்திருக்க முடியும்?

இப்போதைக்கு, ஆசிரியப் பணியில் அவருக்குக் கிடைக்கும் அத்தனை ஓய்வு நேரத்தையும், எக்கோல் நொர்மாலின் பரிசோனைக் கூடத்தில் தன் நுண்ணோக்கி மீது தலைவைத்துக் கழித்து வருகிறார்.

அவர் உற்று நோக்குகிறார்.

அவை இரட்டையர் எனச் சொல்லும் அளவு, இரண்டும் ஒரே மாதிரி இருந்தன. வேதியல் ஆய்வு, தோற்றத்தை உறுதி செய்தது. அவை, ஒரேமாதிரியான மூலக்கூறுகளைக் கொண்டவையாகும். 4 கார்பன் அணுக்களும், 6 ஹைட்ரஜன்களும், 6 ஆக்ஸிஜன்களும் அடங்கியிருக்கும்.

மதுத் தொட்டிகளின் உட்புறத்தில் படிந்திருக்கும் வெள்ளை வண்டலான அந்தப் புளிப்பில் இருந்துதான் தார்த்தாரிக் அமிலம் கண்டுபிடிக்கப்பட்டது. திராட்சைகளில் உள்ள அமிலங்களில் மிகுதியாக இருப்பது இதுதான். இதுதான் மதுவுக்கு அமிலத் தன்மையைத் தருகிறது. இது பலவாறு பயன்படுகிறது. துணிகளுக்கு நிறம் ஏற்றுவதும் அதில் ஒன்றாகும். நிறமற்ற சிறு வைரக்கற்களின் வடிவத்தில் காணப்படும் அந்தப் படிகக் கற்களுக்குத் "தார்த்ராத்" எனப் பெயரிடப்பட்டது. நம் இரட்டையர்களில் முதலாமவர் இந்தத் "தார்த்ராத்"தான்.

கற்பனைக்கு அதிக இடம் தராமல், இரட்டையரில் இரண்டாவது நபருக்கு "பாரா தார்த்ராத்" எனப் பெயர் சூட்டப்பட்டுள்ளது. இந்தப் படிகக் கற்கள் வேறு ஒரு அமிலத்திலிருந்து வருகிறது. அதன் பெயர் "ரஸேமிக் அமிலம்". அதன் உற்பத்தி சரியாகக் கணக்கிடப் படவில்லை. ஏறக்குறைய திடீரென அது தோன்றும். எனவே, அது கிடைப்பது மிகவும் அரிது.

தார்த்ராத், பாராதார்த்ராத் எனும் இந்த இரட்டையர்களுக்கு இடையே உள்ள வேறுபாட்டைக் காண ஒரே வழி, ஒளி ஆய்வுக்கு அவற்றை உட்படுத்துவதுதான்.

கடந்த பத்து ஆண்டுகளாகவே, இத்தகைய ஒளிக்கோர்வைகள் மீது வேதியலாளர்கள் அதிக ஆர்வம் காட்டி வருகின்றனர். ஏன், எப்படி என்று தெளிவாகத் தெரியாமல், பொருள் ஒன்றை ஒளிக் கதிர் கடக்கும்போது, அதன் ஓட்டத்தைக் கவனிப்பதன்மூலம், உள்ளுக்குள் மறைந்திருக்கும் அதன் அந்தரங்க ரகசியங்களை வெளிக்கொணர முடியும் என அனுமானித்தனர்.

தார்த்ராத் வழியாகப் பாயும் ஒளி வலதுபக்கமாகத் திரும்பியது. மாறாக, பாராதார்த்ராத் வழியாகப் பாயும்போது, ஒளி நேராகச் சென்றது.

ஒரே மாதிரியான தோற்றமுடைய இரண்டு பொருட்கள், ஒளியின்முன் எவ்வாறு வெவ்வேறு விதமாக இயங்க முடிகிறது?

அறிவியலறிஞர்களுக்குச் சவால்விடும் இப்புதிரினை எதிர் கொள்ள பஸ்தேர் முடிவு செய்தார்.

இந்த இரட்டைப் படிகக்கற்களை மணிக்கணக்கில் கவனித்ததன் பலனாக, வேறுபாடுகளைக் கண்டுபிடித்துவிட்டார். அக்கற்களின் முனைகளில் உள்ள சிறு அமைப்புகள் ஒரே மாதிரியாக அமைந் திருக்கவில்லை.

இரண்டு ஒளியோட்டங்ளுக்கான காரணத்தை இவ்வேறுபாடு விளக்க முடியுமா?

தன் அனுபவத்தைப் பலமுறை மீண்டும் மீண்டும் சோதித்துப் பார்த்தார்.

அவரது அனுமானம் உண்மையானது.

இத்துறையில் முன்னோடியாகவுள்ள தன் ஆசிரியர் ழான் பத்தீஸ்த் பியோவிடம் இந்த நல்ல செய்தியைச் சொல்ல வேண்டியதுதான் பாக்கி. பத்தீஸ்த் ஆசிரியராகப் பணியாற்றும் கொலேழ் தெ ஃபிரான் ஸுக்குப் பஸ்தேர் ஓடினார்.

அந்த அறிஞரின் முன்னிலையில், ஆர்வம் கலந்த பதற்றத்துடன் தன் அனுபவத்தில் விளைந்த பரிசோதனைகளை மீண்டும் செய்து காண்பித்தார்.

வயதில் முதிர்ந்த பேராசிரியர் பியோ, தன் முன்னாள் மாணவரின் கையைப் பிடித்தபடி, “என் அருமைப் பிள்ளையே, என் இதயம் துடிக்கிறது. அந்த அளவுக்கு நான் அதிகமாக அறிவியலை நேசித்து வந்துள்ளேன்” என்றார்.

இந்த ஐசோமர்ஸ் (மாற்றியங்கள்) என்னும் இரட்டையர்களின் கதை இத்தோடு நிற்கவில்லை. தார்த்ராத், பாராதார்த்ராத் ஆகிய வற்றின் புதிரினை அவிழ்த்து, “முப்பரிமாண அறிவியல்” என்னும் புதியதோர் அறிவியல் துறையைப் பஸ்தேர் கண்டுபிடித்தார். மூலக்கூறின் முப்பரிமாணத்தன்மை (புறவெளி அமைப்புகள்) பற்றிய ஆய்வினை மேற்கொள்ளும் துறை இது. இம்மூலக்கூறில் காணப் படும் அணுக்களின் அமைவிட மாறுபாடு அல்லது பிணைப்பு மாறு பாட்டினால் இரு ஐசோமர்ஸ் (மாற்றியங்களின்) பண்புகளும் மாறுபடுகின்றன.

இப்பொழுது, அதன் புதிர்களில் பெரும் பகுதியை அவர் அவிழ்த்துவிட்டபடியால் பாரா தார்த்ராத்தை (ரஸேமிக் அமிலம்) தயாரிக்க தடை இருக்கக்கூடாது.

கூடுதலான உத்வேகம் ஒன்று பஸ்தேருக்கு அப்போது கிடைத்தது. மருந்தியல் நிறுவனம் ஓர் அறிவிப்பினை வெளியிட்டிருந்தது. இந்த அமிலத்தைக் கண்டுபிடிப்பதில் வெற்றியடைபவருக்கு 1500 பிரான்க் வெகுமதி என அறிவிப்பு வந்தது.

ஜெர்மனியின் பரிசோதனைக்கூடங்களைப் பார்வையிடுதல் என்னும் அதிகாரப்பூர்வமான அலுவல் ஒன்று அவருக்கு வாய்த்தது.

1852ஆம் ஆண்டு செப்டம்பர் மாதம் 9ஆம் நாள் அவர் ஜெர்மனிக்குப் புறப்பட்டார்.

அப்பொழுது அவருக்கு முப்பது வயது. சாதிக்க வேண்டும் எனும் வெறி. புரிந்துகொள்ள வேண்டும் என்பதில் ஆர்வம். மேலும், அண்மையில் திருமணமான அவர் மனைவி, பாரீஸில் இருந்தபடியே எல்லாவற்றையும் திட்டமிட்டிருந்தார்.

நாள்தோறும் தன் மனைவிக்கு அனுப்பும் கடிதத்தை "உனக்கும் அறிவியலுக்கும், என்றென்றும்." என முடித்திருப்பார். முன்னேற வேண்டுமென்றால், பரிசோதனைக்கூடம் ஒன்றில் அடைபட்டுக் கிடப்பதைவிட களத்துக்குத் தொடர்ந்து சென்று நேரில் பிரச்சனையைச் சந்திக்க வேண்டும் என்ற எண்ணம் அவருள் அப்பொழுதே ஆழமாகப் பதிந்துவிட்டது.

புருய்ஸெல்ஸ், கொலோஞ், ஹனோவர், லிப்ஸிக், திரியேஸ்த் (வெனீஸுக்குச் சென்று வணங்க நேரம் எடுத்துக்கொள்ளாமல்). புரிந்து கொள்ள முடியாத பாராதர்தராத் எனும் இந்தத் தத்துவார்த்துவமான கல்லின் பின்னால் ஒரு மாதம் முழுவதும் அலைந்தார். இங்கொன்றும் அங்கொன்றுமாகச் சில குறிப்புகள் அவருக்குக் கிடைத்தன. எனினும், அதன் உற்பத்தி குறித்த தகவலை எந்தவொரு தொழிலாளியாலும் தர இயலவில்லை.

தன் ஆய்வினை இங்கிலாந்து, ஸ்பெயின் ஆகிய நாடுகளுக்கும் விரிவடையச் செய்ய அவர் விரும்பினார். ஆனால், புதிதாக மேற்கொள்ளவிருக்கும் இப்பயணங்களுக்கான செலவை எப்படிச் சமாளிப்பது?

ஆஸ்திரியாவின் தலைநகரான வியன்னாவில் வெகுநாட்களாக ரஸேமிக் அமிலத்தை யாரோ ரஸ்மான் எனும் மருத்துவர் ஒருவர் தயாரித்து வருவதாக வதந்தி நிலவியது. பஸ்தேர் விரைந்தார். ரஸ்மான் தன் பணிகளை விவரித்தார். அவற்றைக் கேட்ட பஸ்தேருக்கு நிம்மதி ஏற்பட்டது. ரஸ்மான் கொஞ்சம் தற்பெருமையுடன் பேசுவதை உணர்ந்தார். இன்னும் அப்பணியில் அம்மனிதர் தேர்ச்சியடையவில்லை என்பது அவருக்குப் புரிந்தது. இருந்தாலும், ஆஸ்திரிய நபர் ஓடுபாதைக்கு வந்து விட்டார். பிரான்ஸுக்குத் திரும்பி வேலையின் தீவிரத்தை இரட்டிப்பாக்க வேண்டும்.

தன் ஆசிரியப் பணியைத் தொடர வேண்டி, ஸ்டிரஸ்பூருக்குப் பஸ்தேர் திரும்பினார்.

பாரீஸில் இருக்கும் மரிக்கு அவசரக் கடிதம் சென்றது:

"ஒருபுறம், என் அலுவல்கள் மோசமான நிலையில் உள்ளன. ஏராளமானவை அந்நிலையில் இருந்தன. அவற்றைச் சரி செய்ய உன் உதவி தேவைப்படுகிறது. உடனடியாக விரைவுத் தொடர் வண்டி யொன்றைப் பிடித்து, முதல் வகுப்புப் பயணச்சீட்டுகளை வாங்கி, இன்று இரவே புறப்படுமாறு உனக்கு உத்தரவிடுகிறேன். உன் மகனை ஒரு தலையணைமீது கிடத்தி அருகிலேயே வைத்துக் கொள். அவன் அழகாகத் தூங்கிவிடுவான். நீயும்தான். சில நிறுத்தங்களில் மட்டுமே வண்டி நிற்கும். பயணத்தைப் பற்றி நினைப்பதற்கு முன் பாகவே ஸ்டிரஸ்பூர் வந்து சேர்ந்துவிடுவாய். இப்படிச் செய்ய வேண்டும் என நான் உனக்கு உத்தரவிடுகிறேன். நீ இரண்டாம் வகுப்பில் பயணம் செய்தால், நான் உன்னை நிலையத்திலிருந்து அழைத்துச் செல்ல மாட்டேன். இவ்விஷயத்தில் விளையாட்டாக நான் எதுவும் சொல்லவில்லை. இக்கடிதம் நாளை மறுதினம், சனிக் கிழமை காலை உனக்கு வந்துசேரும். சனிக்கிழமை இரவு புறப்படும் முதல் வகுப்புப் பெட்டிகள் மட்டுமே உள்ள அஞ்சல் ரயிலில் புறப் பட்டால் ஞாயிற்றுக்கிழமை காலை இங்கு வந்துவிடுவாய். என் காலணிகளில் நல்லவை கிடைத்தால் அவற்றை எடுத்துவா. என் ஷூக்களும் தான், குறிப்பாக என் கால்மூடுகள். அதே போல், என் பூட்ஸ். சனி இரவு புறப்படத் தேவையானவற்றை எடுத்துவைத்துப் புறப்படத் தயாராக உனக்குப் போதுமான நேரம் உள்ளது என்று நினைக்கிறேன். இனியும் நீ தாமதிக்கக்கூடாது. இதற்குமேல் பேச எனக்கு நேரம் இல்லை."

எட்டு மாதம் கழித்து, பஸ்தேர் பேராசிரியர் பியோவுக்குத் தந்தி அனுப்பினார்:

"தார்த்ராத் அமிலத்தை ரஸேமிக் அமிலமாக என்னால் மாற்ற முடிகிறது. இச்செய்தியைத் தெரிவியுங்கள்".

அறிவியல் உலகம் போற்றிப் பாராட்டுகிறது. இந்த இளம் வாலிபரிடம் அறிவுத்திறன் உள்ளது என்பதை எல்லோரும் உணரத் தொடங்குகிறார்கள்.

நுண்ணோக்கியின் சுருக்கமான வரலாறு

இக்கருவியின் சிறு லென்ஸ் மீது தன் கண்மணியை வைத்து உற்றுக் கவனித்தபடி, வாழ்வின் பெரும் பகுதியை இனி பஸ்தேர் கழிக்கவிருக்கிறார் என்பதால், இந்த மந்திரக் கருவி எங்கிருந்து வந்தது என அறிவது அவசியமானதாகும். நீண்ட நாட்களாகவே, சில பொருட்களின் ஊடாக, உதாரணமாக நீர் அல்லது கண்ணாடி போன்றபொருட்களின்வழியாகப் பார்த்தால், சிறியபொருட்கள்கூட பெரிதாகவும், தூரத்தில் இருப்பவை அருகில் இருப்பது போலவும் தெரிவதை மக்கள் கவனித்து வந்துள்ளனர்.

வரலாற்றையும் அதன் கொடூரங்களையும் அறிந்தவர்களுக்குக் கொடுங்கோல் செலுத்திய நீரோ மன்னர் கிட்டப்பார்வையுடையவர் என்பது தெரியும். உயிரைப் பணையம் வைத்து விலங்குகளோடு ஈடுபடும் வீரவிளையாட்டு அவருக்கு மிகவும் பிடிக்கும். அதனைக் கண்டுகளிக்க தனது கண்முன் மரகதக்கல் ஒன்றை வைத்துப் பார்ப்பார். எனவே, பார்வைக் கோளாறுகளைச் சரி செய்யும் சாத்தியக்கூறுகள் குறித்து ஆங்கிலேயரான ரோஜர் பேக்கன் வெளியிட்ட அறிவிப்பைப் பெற பதிமூன்றாம் நூற்றாண்டு வரை காத்திருக்க வேண்டியிருந்தாலும், மன்னர் நீரோ, பார்வைக்கண்ணாடிகளைக் கண்டுபிடித்தவர் என்னும் பெருமைக்குத் தகுதியானவராகிறார்.

அதற்குமுன், ‘டாக்டர் மிராபலிஸ்’ என்றழைக்கப்படும் பிரான்ஸிங்கன் துறவி (1214 - 1294)யை வணங்குவோம். மறுமலர்ச்சிக்கான

கதவுகளைத் திறந்து வைத்தவர்களில் அவரும் ஒருவர். ஆன்மீக வாதி, தத்துவவியலாளர், கணித மேதை, மருத்துவர், வானிய லாளர், சோதிடர் என்பதோடு அவர் ஒரு இரசவாதியாகவும் இருந் தார். அறிவின் எல்லைகளை உற்சாகமாகக் கடந்து வந்தார். ஆனால், சில அசௌகரியங்களையும் எதிர்கொண்டார். மதத்துவேஷம், விதண்டா வாதம் ஆகிய குற்றச்சாட்டுகளுக்கு ஆளாகி அடிக்கடி சிறைவாசமும் அவருக்குக் கிடைத்தது. உண்மையை நிறுவுவதற்கான பரிசோத னையை மேற்கொண்ட முதல் நபர் என்ற முறையில், குலோது பெர்நார், பஸ்தேர் ஆகியோரின் நேரடியான முன்னோடியாக அவரைக் கருத நம்மால் முடியும்.

ஹாலந்தைச் சேர்ந்தவர்கள் அவரது ஆய்வினைத் தொடர்ந்தனர். ஒரு சிறிய நாட்டில் வசிக்கும்போது எதுவும் தெரியாமல் போகாது. ஜான்சன் தம்பதியினர் பார்வைக்கண்ணாடி தயாரிக்கும் குடும்பத் தினராவர். 1590ஆம் ஆண்டு வாக்கில், மேம்படுத்தப்பட்டப் பூதக் கண்ணாடிகளை இவர்கள் தயாரித்தனர். அதாவது, முதல் நுண் ணோக்கி என்று சொல்லலாம்.

ஹாலந்தின் சிறப்பம்சங்களில் ஒன்றாகக் கண்ணாடி மாறியது.

ஸ்பினோஸா தெரிவித்த பொருள்முதல்வாதக் கருத்துக்களுக் காக, ஆம்ஸ்டர்டாமின் யூத இனத்திலிருந்து அவரைத் தள்ளிவைத் தபோது, "தேயூஸ் சிவே நத்துயிரா"- கடவுள் என்றால் இயற்கை எனத் தன் சிந்தனையைச் செறிவாகவும் மாற்றுக்கருத்தாகவும் சுருக் கமான வாசகமாகத் தந்தவர் இல்லையா? லேயிதிலும், பின்னர் லா ஹேயிதிலும் தங்கியிருந்தார். தத்துவ விசாரணை, கண்ணாடி மெரு கேற்றல் என இரண்டு பணிகளில் தன் நேரத்தைக் கழித்தார். நன்கு யோசித்துப் பார்த்தால் இரண்டுக்கும் தொடர்பில்லாமல் இல்லை என்பது தெளிவாகும்.

வெர்மீர் பகுதிக்கு மிக அருகில் உள்ள அருமையான நகரமான தெல்ஃபிட்டில், அந்தோனி வேன் லுயுவென்யோக் (1632 - 1723) வசித்து வந்தார். போர்வை வியாபாரி, ஒயின் அளவைச் சரிபார்ப் பவர், வடிவக்கணித வல்லுநர், நகராட்சி ஊழியர் எனப் பல பணிகள் அவருக்கு இருந்தாலும், மிகவும் வெளிச்சமாக இருக்கும் நேரங்களில், ஒரு நுண்ணோக்கியின்மீது கண்வைத்துக் குனிந்தபடி கவனிக்காமல் இருந்ததில்லை. அந்த நுண்ணோக்கியின் சக்தியை அவராகவே அதிகரித்திருந்தார். தான் பார்த்தவற்றை லண்டனில் உள்ள ராயல் சொசைட்டி நிறுவனத்துக்கு எழுதிய முந்நூறுக்கும் அதிகமான கடிதங்களில் விவரித்திருந்தார். துணிகளின் வடிவம், பழம், காய்கறி போன்றவற்றின்மீது படரும் காளான்களின்

வடிவங்கள், பிற்காலத்தில் காச நோய்கிருமிகள் என அழைக்கப்படவிருக்கும் இந்தச் சின்னஞ்சிறிய உயிர்களின் விவரம், ஆண் விந்துக்களில் கண்டுபிடிக்கப்பட்ட மிகவும் துடிப்புள்ள இந்தச் சிறு லார்வாக்களான உயிரணுக்கள் எனப் பல செய்திகள் அவற்றில் அடங்கும். விரைவில் புகழ்பெற்றுவிட்ட அவரைச் சந்திக்க ஏராள மானவர்கள் வந்தனர். இங்கிலாந்தின் இரண்டாம் மேரி, புருஷ்யா நாட்டின் முதலாம் ஃபிரெதெரீக், ரஷ்யாவின் மன்னர் எனப் பலர் வந்தனர். சிறுமீன் ஒன்றின் வாலின் இரத்த ஓட்டக் காட்சியைக் கண்டு பியர் லெகிரான்ட் என்னும் ரஷ்ய மன்னர் மிகவும் ஆச்சரிய மடைந்தாராம்.

இவற்றைத் தொடர்ந்து, இன்னும் நன்றாகப் பார்ப்பதற்கென மின்னணுசாதனங்கள் வந்தன. எனினும், எண்ணிக்கைக்குள் அடங்காத அளவு சிறிய பொருட்களின் துறையான, புதியதொரு உலகத்தின் கதவுகளை அவர் பார்ப்பதற்கான பாதையினை அதிகரித்ததின் மூலமாக ஹாலந்துக்காரர்கள் திறந்துவைத்தனர்.

உயிர் மூலத்தை அறியும் பயணம் (I)

1854ஆம் ஆண்டு.

முழுவீச்சில் இருந்த பிரஞ்சு பொருளாதாரத்தின் தூண்களில் ஒன்றாக லீல் நகரம் மாறியது. நிலக்கரிச் சுரங்கங்கள் மிக அருகில் இருந்தன. இரும்புச் சுரங்கங்களும் வெகு தொலைவில் இல்லை. உலோக, வேதியல், இயந்திரத் தொழிற்சாலைகள் இவற்றால் நன்கு பயனடைந்தன. துணி உற்பத்தியும் தொடர்ந்து முன்னேற்றம் கண்டது. விவசாயத்தைப் பொறுத்தவரை, பீட்ரூட்டைச் சார்ந்து இருந்தது. வாழ்க சர்க்கரை!

ஆனால், பீருக்குக் கசப்பினைத் தரும் புல்லையோ பார்லியையோ மறக்க முடியுமா! கிழக்குப் பகுதி எப்பொழுதுமே பீர் பானத்தை நேசித்து வந்தது. சாராய வடிசாலைகளும் பீர் தயாரிப்புக்கூடங்களும் நன்கு செழித்தன.

மூன்றாம் நெப்போலியன் பதவிக்கு வந்திருந்த காலகட்டம். இந்த மன்னரிடம் கொல்பெர்டிசம் காணப்பட்டது. தேசியத் தொழிற் சாலையை முழுமூச்சாக ஊக்குவித்தார்.

அறிவியல், தொழில்நுட்பம் ஆகியவற்றுக்கென புதிய பல்கலைக் கழகம் ஒன்றினை லீல் நகரில் தொடங்குவது என அவர் முடிவு செய்தார்.

அதன் தலைவராக இளம் பஸ்தேரைத்தான் நியமித்தனர்.

அண்மையில் ரஸேமிக் அமிலத்தைத் தேடி ஐரோப்பியப் பரிசோதனைக்கூடங்களுக்குச் சென்று ஆய்வு செய்தபோது, அவருக்குள் ஓர் எண்ணம் ஆழமாகப் பதிந்தது. கலை கலைக்காகவே போன்ற ஏறக்குறைய கலை நயமானதொரு துறையாக அறிவியல் இருக்கக்கூடாது என்பதுதான் அது. அறிவின் வளர்ச்சிக்கு உதவியாக உறுதியான செயல்பாடுகளைக் கண்டுபிடித்தாக வேண்டும். "மரம் அது தரும் கனிகளிடமிருந்து பிரிக்கப்படக் கூடியதல்ல".

தலைமைப் பொறுப்பில் நியமிக்கப்பட்டவுடனேயே, தொழிற்சாலைகளைப் பார்வையிட்டார். உடன் பணியாற்றும் ஆசிரியர்கள் ஆச்சரியப்படும் அளவுக்கு, மாணவர்களுக்கு அந்தத் தொழிற்சாலைகள் குறித்து விளக்கினார். பொருளாதார வெற்றியை விரும்புவது, வெட்கப்படக்கூடியதொரு அம்சமில்லை என்பதை அவர்களுக்குத் தெளிவாக்கினார்.

அறிவியலறிஞர்களிடையே மிகவும் அரிதாகக் காணப்பட்ட இத்தகைய அணுகுமுறையால் ஈர்க்கப்பட்ட தொழிலதிபர்கள், தங்கள் கஷ்டங்களை அவரிடம் பகிர்ந்து கொண்டதுடன் அவரது அறிவுரையையும் கேட்டுப் பெறத் தயங்கவில்லை.

முதல் கோரிக்கை பீட்ரூட் உற்பத்தியாளர்களிடமிருந்து வந்தது.

அவர்களது வடிசாலைகளில் இருந்து வெளியேறும் மது ஏன் எப்பொழுதும் இவ்வளவு கெட்ட வாடையுடன் உள்ளது? ஏன் அதன் மோசமான தரம் வாடிக்கையாளர்களை முகம் சுளிக்க வைக்கிறது? படிகங்கள் வெளிப்படுத்திய வேறுபாட்டில், உயிரின் மூலத்தைப் பஸ்தேர் ஆய்வு செய்துள்ளார். இதோ, லீல்வாழ்மக்களின் கேள்விகளுக்கு பதில் அளிக்க மிகவும் பொதுவான செயல்பாடுகளில் கவனம் செலுத்த பஸ்தேர் ஆயத்தமானார்.

பீட்ரூட்டின் இனிப்பை மதுவாகவும், மதுவைக் காடியாகவும் பார்லியைப் பீராகவும் மாற்றக்கூடிய தெளிவற்ற இந்தச் செயல்பாட்டை எவ்வாறு விளக்குவது, ரொட்டியை உப்பவைக்கவும், பாலினைத் திரியவைக்கவும் பின்னணியில் உள்ள சக்தி எது? பிணங்களை அழுகச் செய்வதும் அதே செயற்கூறுதான் இல்லையா?

இத்தகைய புதிர்களின்மீது ஆர்வம் காட்டுவதில் பஸ்தேர் முதல் நபர் இல்லை.

ஆதிகாலம் தொடங்கி, இவற்றுக்குப் பல விதமான காரணங்களைச் சொல்லி வந்தனர். அவை கற்பனை கலந்ததாகவும், இரசவாத அடிப்படையிலும் எனப் பலவாறு இருந்தன. அதன் பின்னர், அவற்றுக்கான பகுத்தறிவுக்குட்பட்ட விளக்கங்களைக் கண்டறிவதில் வேதியலாளர்கள் முழுமூச்சாகப் பாடுபட்டனர். இவ்வாறாகச் சில குறிப்பிட்ட நுண்ணுயிர் உறுப்புகள் ஆற்றும் பங்கினைப் பற்றிய ஆராய்ச்சியை ஜெர்மன் நாட்டைச் சேர்ந்த ஷவான், ஷிவான், மிட்ஷேர்லீஷ் ஆகியோர் தொடங்கிவைத்தனர்.

தன் அருமை நுண்ணோக்கியை மட்டுமே ஒரே உதவியாளராகக் கொண்டு, பஸ்தேர் அவர்களுடைய பணியைப் பின்தொடர்ந்தார். தொழிற்சாலை ஒன்றில் போய் தங்கினார். வேறு எதுவும் கிடையாது. அவரைப் பொறுத்தவரை, தன் ஆய்வைத் தவிர உலகில் வேறு எதுவும் இல்லை. அவருடைய வேதியல் வகுப்புகளுக்கு வரும் மாணவர்களை வாரத்தில் ஒரே நாளில் சேர்ந்து வருமாறு ஏற்பாடு செய்துவிட்டார்.

முதலில், பீட்ரூட் சாறைக் கவனிக்க முடிவு செய்தார்.

புளித்து நெடி வீச ஆரம்பித்த தொட்டிகளில், ஈஸ்ட்கள் மத்தியில் நீளமான சிறு குச்சிகள் காணப்பட்டன. இந்தச் சிறிய குச்சிகள் எவை? கிருமிகளா? பீட்ரூட் சாறு கெட்டுப் போவதற்கு இவைதான் காரணமா?

பஸ்தேருக்கு ஒரு புதிய உலகத்தின் வாயில் திறக்கப்பட்டது. அருமையான படிகங்களின் காட்சியைக் காட்டிலும் மிகவும் உயிரோட்டமான, துடிப்புமிக்க உலகம் அது.

நொதித்தல் என்றால் என்ன?

சக்தி தொடர்பான விஷயம்.

சக்தியின்றி எந்தவொரு உயிர் உறுப்பும் வளர முடியாது. இந்த விதிக்குச் செல்களும் விதிவிலக்கல்ல. அதற்கு ஆக்ஸிஜன் கிடைக்கும்போது, அதற்குத் தேவையான சக்தியாக அதனை மாற்றுகிறது. நம்மைப் போலவே, செல்லும் சுவாசிக்கிறது.

ஆனால், ஆக்ஸிஜன் இல்லாதபோது என்ன நிகழ்கிறது?

தன் இரண்டாவது திட்டத்தைச் செல் நிறைவேற்றுகிறது. அது தான் நொதித்தல். பழச்சாறுகளில் காணப்படும் இனிப்பு அதில் இருப்பதால், ஈஸ்ட்கள் அவற்றைக் கையகப்படுத்துகின்றன. அந்த

நேரத்தில் நிகழும் தொடர் வேதியல் மாற்றங்கள் தேவையான சக்தியையும் மதுவினையும் உண்டாக்கிவிடுகின்றன.

இறந்துபோன உடற்கூறுகளும் இது போன்றே செய்கின்றன. இரத் தத்தின் மூலமாக அவற்றுக்குத் தேவையான ஆக்ஸிஜன் கிடைக் காதபோது, அழுகும் நிலைக்குத் தள்ளப்படுகின்றன.

பல்வேறு திரவங்களில் பரிசோதனைகளைச் செய்து பார்த்த பஸ்தேர், நொதி எனும் சிறிய வாழும் உயிரியின் வேலைதான் எல்லா வகையான நொதித்தல்களுக்கும் காரணம் என நிறுவ முடிந்தது. அது ஒரு ஈஸ்ட்டாகவோ (ஒற்றைச் செல்லுடைய சிறிய காளான்) அல்லது நுண்ணுயிரியாகவோ இருக்கலாம்.

மேலும், எந்தவொரு நொதித்தல் செயல்பாடும் குறிப்பிட்ட நொதித்தல் ஊக்கியின் கரணமாகத்தான் விளைகிறது என்றும் அவர் நிறுவினார். பார்லியைப் பீராக மாற்றுவது புளிப்புத்தன்மைதான்.

நொதி ஊக்கிகளின் இருவேறு விதமான வாழ்முறைகளை அவர் விவரித்தார். பெரும்பாலானவை பிராணவாயுவைத் தாக்குப்பிடிக்க முடியாமல் இருக்கும், சில நொதி ஊக்கிகளுக்குப் பிராணவாயு தேவைப்படும்.

இறுதியில், திரிந்துபோன பாலில் எடுக்கப்பட்ட நுண்ணுயிரி களைப் பரிசோதனைக்கூடத்தில் வைத்து ஏற்ற சூழலில் இனப் பெருக்கம் செய்து, அவற்றை இனங்காணும் பணியில் வெற்றி கண்டார். அவற்றுக்குத் தேவையான ஊட்டம் கிடைக்கும் இடத்தில் அவற்றை வைத்திருந்தால் போதும். அவற்றின் வளர்ச்சி மலைக் கவைக்கக்கூடியதாக இருக்கும்.

அவற்றின்மீது இன்னமும் சந்தேகம் தீராதவர்களுக்கு, இப்படி உருவாகக்கூடிய தம் தகுதியின்மூலம் அவை உயிரோடு இருப்பதை நன்கு தெளிவாக்கின. மேலும், ஒட்டுமொத்தமாக, நொதித்தல் என்பது உயிரின் செயற்பாடுகளில் ஒன்று என்பதும் தெளிவானது.

கடும் உழைப்பிற்குக் கிடைத்த பாராட்டத்தக்க பலன்கள்.

பீட்ரூட் பயிரிடுபவர்களும் மது உற்பத்தியாளர்களும் பஸ்தேரின் பெருமையைப் புகழ்ந்தார்கள். இந்தப் புதிய பல்கலைக்கழகத்தைத் தொடங்க இத்தகைய சிறந்த தலைவரைக் கண்டெடுத்த மன்னர் வாழ்க!

ஆராய்ச்சியாளரின் இத்தகைய தொழிற்சாலை வெற்றிகளுக்குப் பின்னணியில் ஒரு புரட்சி உருவாவதை யாரும் கற்பனை செய்து பார்க்கவில்லை.

கண்ணாடி பரிசோதனைக்கு உட்படுத்தி அறிவியலை அசைத்துப் பார்த்தபின், மீண்டும் ஒருமுறை அதனைப் புரட்டிப்போட்டு அதன் கதவுகளை வாழும் உயிர்களுக்கு அகலத்திறக்க வைத்தார் பஸ்தேர். முப்பரிமாண வேதியலுக்குப் பிறகு, நுண்ணுயிரியியல் எனும் இரண்டாவது அறிவியல் துறை ஒன்றை உருவாக்கி முடித்திருந்தார்.

பீட்ருட் சாறுக்கு நன்றி!

தன் இரகசியங்களை வெளியிட இணங்கியதன் மூலம், பிற் காலத்தில் தொற்று வியாதிகள் குறித்த ஆய்வுக்கு அழைத்துச் செல்லக் கூடிய பாதையை அது திறந்துவைத்தது.

★
★ ★

1863 - 1864.

சரி, மது என்ன ஆனது?

பஸ்தேருக்கு மதுவைப் பற்றி மட்டுமே தெரியும். அர்புவா பகுதியின் முக்கிய கதாபாத்திரமான அது யாரும் ஊகிக்க முடியாத இயல்பினைக் கொண்ட பிரபலமாகும். பெரும்பாலும் மயக்கக் கூடியதாகவும் நல்ல துணையாகவும் இருக்கும் அதனை உற்பத்தி செய்பவர்களைப் பணக்காரர்களாக்கிவிடும். ஏனெனில், அதனைச் சுவைப்பவர்களை அதிசயிக்க வைக்கும். ஆனால், திடீரென அதற்கு என்ன கேடு விளைந்ததோ, அது பதற்றமடைந்து, கலங்கிப்போய், அமிலமாக மாறி திராட்சை பயிரிடுபவர்களை எவ்வித முன் அறிவிப்புமின்றி அழித்தது.

இது போன்ற அபத்தங்களை மன்னரால் இனியும் பொறுத்துக் கொள்ள இயலாது. அறிஞரிடம் புதியதொரு கடமை ஒப்படைக்கப் பட்டது. மனநலம் பாதிக்கப்பட்ட இதன் இயல்பை ஒழுங்கு செய்வதுதான் அப்பணி. இத்தகைய சேட்டைகள் நாட்டுக்குப் பெரும் இழப்பை ஏற்படுத்துவதாகும்.

காலத்தை வீணாக்காமல், மூன்று உதவியாளர்களை அழைத்துக் கொண்டு பஸ்தேர் புறப்பட்டார். பரிசோதனைக்கூடங்கள் இல்லாத காரணத்தால், தங்கள் பரிசோதனைக் குழாய்களையும் பாத்திரங் களையும் மதுக்கூடத்தின் மேசைமீது வைத்தனர். வழக்கமான வாடிக்

கையாளர்கள் இதைக்கண்டு ஆச்சரியமடைந்தனர் என்றாலும், எல்லாம் மதுவின் நலத்திற்குத்தான் எனப் பின்னர் புரிந்து கொண்டனர். வெகுவாக முணுமுணுக்காமல், குடிக்க வேறு இடம் பார்த்துக்கொண்டனர்.

விசாரணை தொடங்கியது. ஒருவர்பின் ஒருவராக, மது உற்பத்தி யாளர்கள் தங்கள் அனுபவங்களைப் பகிர்ந்து கொண்டனர். அவர்கள் அளித்த தகவல்கள் அக்குழுவின் கருத்தினை உறுதி செய்தன. அதாவது, மதுவும் உயிருள்ள பொருள்தான். உண்மையில் அது உயிருள்ளதாக இருப்பதால்தான் நோய்கள் அதனைத் தாக்குகின்றன.

மது தொடர்பான அழகான வார்த்தைகளையும் அவற்றின் அறி குறிகளையும் எனக்கு விளக்க முடியுமா எனப் பஸ்தேர் அவர் களிடம் கேட்டார்.

மலர் போன்ற மென்படிவம் : முகத்திரை போன்று ஒயினின் மேற்பரப்பில் காணப்படும் சிறு வெண்குமிழ்கள்.

விறுவிறுப்பு: காடியின் சுவையையும் மணத்தையும் மது உண்டாக்கும்.

திரியும் தன்மை: பீப்பாய்களில் இருந்து கார்பன்டையாக்ஸைடு வெளியேறும்.

கொழுப்பு: எண்ணெயைப் போல் மது ஒழுகும்.

தன் பரிசோதனைகளை மேலும் அமைதியாக மேற்கொள்ளும் பொருட்டு, திராட்சைத் தோட்டம் ஒன்றினை அர்புவாப் பகுதிக்கு அருகில் பஸ்தேர் வாங்கினார். வழக்கம் போல், தன் நுண்ணோக்கி அருகிலேயே நாட்களைக் கழித்தார்.

பாவம் மது. வேகவேகமாக அதன்மீது பழிபோடுவதன்மூலம் பெரும் பிழையொன்றைச் செய்யப்பார்த்தார்கள். இத்தனைக் குளறு படிகளுக்கும் காரணம் அதன் மீது காணப்பட்ட சிறு துகள்கள் தான். அதாவது இந்தச் சிறு காளான்கள்தான் என விரைவில் கண்டு பிடிக்கப்பட்டது. பெரும் பாதிப்பை உண்டாக்கும் இச்சிறு கூட்டத்தின் பிரதிநிதிகள்தான் எப்பொழுதும் அவற்றில் காணப் பட்டன. நிச்சயமாக, அழுகும் நிலைக்கு ஆளான திராட்சைப் பழக்கொட்டைகள் அல்லது வசதியான காற்று ஆகியவற்றிட மிருந்துதான் இந்த ஒட்டுண்ணிகள் வந்திருக்கவேண்டும்.

இவற்றிலிருந்து எவ்வாறு விடுபடுவது?

இந்த அறிவியலறிஞர்கள் பேசிக்கொள்வதை ஒருகாலத்தில் மதுக் கூடமாக இருந்த அந்த வீட்டின் சன்னல் கண்ணாடி வழியாக, அச் சிறுநகர மக்கள் பார்த்துக்கொண்டிருந்தனர். அவர்களது ஊக்கம் தொய்வுறும் நிலைக்கு வருவதுபோல் தோன்றும் போது, திராட்சை பயிரிடும் யாரோ ஒருவர் பரிசளித்த நல்ல மதுபாட்டில் அவர்களது ஊக்கத்தை மீண்டும் தூண்டிவிடும்.

அப்படியானால், பஸ்தேரின் மூளையில் விதைக்கப்பட்ட அந்த அறிவார்ந்த எண்ணத்திற்கு அதுதான் காரணமா?

"பாழாய்போன இந்த நுண்ணுயிரிகளை நல்ல வெப்பநிலைக்கு உட்படுத்தினால் என்ன?"

உதவியாளர் ஒருவர் தகவல் ஒன்றைத் தெரிவித்தார். போன் கடற்கரைப் பகுதியில் திராட்சைத் தோட்ட உரிமையாளரும் எக்கோல் பாலிடெக்னிக் எனும் உயர் கல்விக்கூடத்தில் கல்வி கற்றவருமான அல்ஃபிரேத் தெ வெர்ஞேத் தெலாமோத் என்பவர் இம்முறையை ஏற்கெனவே பயன்படுத்திப் பார்த்துள்ளதாகவும் ஆனால் அதற்கான அறிவியல்பூர்வமான விளக்கங்களை அளிக்க வில்லை என்றும் சுட்டிக்காட்டினார். இந்த நீளமான பெயர் தன் வாயைவிட்டு வெளியேறுவதற்கு முன்பாக, நல்ல வேளையாக அவர் சுதாரித்துக்கொண்டு நிறுத்திக்கொண்டார். தன்னை யாரும் முந்துவதை பஸ்தேர் வெறுப்பார். வரலாற்றில் இடம்பெறப் போவதாகத் தோன்றும் அந்த நாளின் இனிமையை ஏன் கெடுக்க வெண்டும்?

இந்தப் பரிசோதனை முயற்சியில் இறங்க ஏற்பாடுகள் நடந்தன.

முதலில் வந்த யோசனையை முழுமையாக்க மற்றுமொரு யோசனை தோன்றியது. மீண்டும் இந்தப் பூச்சிகள் திரும்பி வராமல் தடுக்க, அவற்றுக்கு ஆக்ஸிஜன் கிடைக்காமல் செய்தால் என்ன என்பதுதான் அந்த யோசனை.

யோசனை உதித்த மறுகணமே திட்டம் நிறைவேறியது.

முழு வெற்றி. மக்கள், ஆரவாரம் செய்தனர். திராட்சை பயிரிடு பவர்கள் பெருமூச்சு விட்டனர். மன்னர் திருப்தி அடைந்தார். இந்தச் சாதனைக்குச் சன்மானமாக, கொம்பியேஞ் அரச மாளிகையில் ஒரு வார காலத்துக்கு விருந்தினராக வருமாறு பஸ்தேரை மன்னர் அழைக்கக்கூடும்.

பேட்டன்ட் எனப்படும் காப்புரிமைப் பட்டயம் பதியப்படும்.

விரைவில் அர்புவாவில் சந்திக்கலாம்! அடுத்த கோடையில் சந்திப்பு!

வாழ்த்து முழக்கங்களில் மிதந்தபடி, பஸ்தேரும் அவருடைய குழுவினரும் மீண்டும் குதிரை வண்டியில் ஏறி, அதன் பின் தொடர் வண்டியில் பாரீசுக்குப் புறப்பட்டுச் சென்றனர்.

நாம் நினைத்ததைக் காட்டிலும் நிச்சயமாக உயிரியல் துறை மிகவும் விசாலமானதாக இருந்தது.

எதிர்காலத்தில் ஹங்கேரியர்கள் (அல்லது ஜெர்மானியர்கள்) இந்த முறையை 'பஸ்தேர் முறை' (பாஸ்டராக்கம்) எனப் பெயரிடுவர். முறையான, நியாயமான மரியாதைதான்!

காப்புரிமைப் பத்திர நகல்

Ministère de l'Agriculture, du Commerce et des Travaux publics.

Durée : quinze ans

N° 67006.

Loi du 5 juillet 1844.

EXTRAIT.

Brevet d'Invention

sans garantie du Gouvernement.

Le Ministre Secrétaire d'État au département de l'Agriculture, du Commerce et des Travaux publics,

Vu la loi du 5 juillet 1844;

Vu le procès-verbal dressé le 11 avril 1865, à 2 heures 45 minutes, au Secrétariat général de la Préfecture du département de la Seine et constatant le dépôt fait par le Sr Pasteur d'une demande de brevet d'Invention de quinze années, pour un procédé relatif à la conservation des vins.

Arrête ce qui suit :

Article premier.

Il est délivré au Sr Pasteur (Louis), membre de l'Institut, à Paris, rue d'Ulm, 45, sans examen préalable, à ses risques et périls, et sans garantie, soit de la réalité, de la nouveauté ou du mérite de l'invention, soit de la fidélité ou de l'exactitude de la description, un brevet d'Invention de quinze années, qui ont commencé à courir le 11 avril 1865, pour un procédé relatif à la conservation des vins.

Article deuxième.

Le présent arrêté, qui constitue le brevet d'Invention, est délivré au Sr Pasteur pour lui servir de titre.

A cet arrêté demeurera joint un des doubles de la description déposés à l'appui de la demande, la conformité entre les pièces descriptives ayant été dûment reconnue.

Paris, le vingt-deux Juin mil huit cent soixante-cinq.

Pour le Ministre et par délégation
Le Directeur du Commerce intérieur,

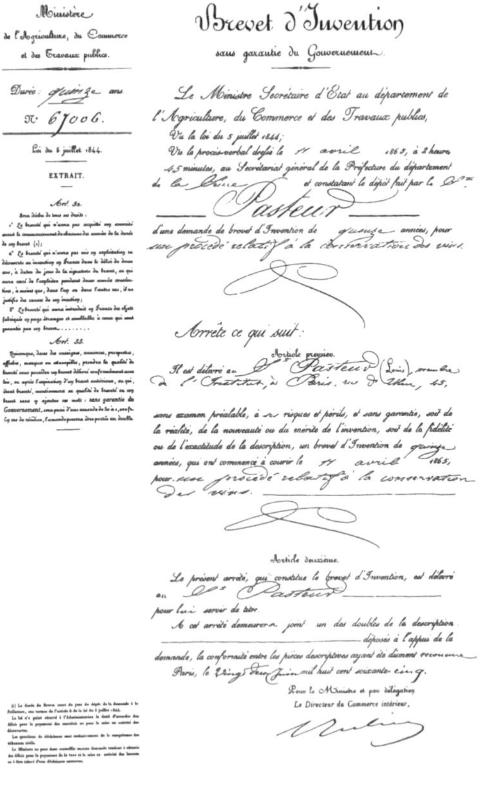

மிகப் பெரிய நண்பர்

ஞானத்தை நோக்கிய பெரும் மனிதப் பயணங்களில் ஒன்று தொடங்கிவிட்டது. கூர்ந்த கவனிப்பு, பரிசோதனை ஆகியவற்றின் உதவியோடு இது சாத்தியமாகும்.

இப்பாதையில், யாரோ ஒருவர் வழியமைத்துக் காட்டினார். அவர்தான் குலோது பெர்நார். பொழோலேப் பகுதியின் திராட்சைத் தோட்டக்காரரின் மகனான இவர் பஸ்தேருக்கு ஒன்பது ஆண்டுகள் மூத்தவர். இவர் ஆரம்பத்தில், நாடக ஆசிரியராக வேண்டும் எனக் கனவுகண்டவர். அதற்குத் தேவையான திறன் அவரிடம் இல்லை என விமர்சகர்கள் கூறுவதுண்டு. இந்த வேடத்துக்கு பொருந்தாத அளவு, “நீங்கள் மிகவும் நல்லவராக இருக்கிறீர்கள்” என்பார்கள். அவரது “ரோன் பகுதியின் ரோஜா” எனும் இசை நாடகமும், “பிரத் தாஞ்ஞின் அர்துயிர்” எனும் நாடகமும் எதிர்பார்த்த வெற்றியை ஈட்டாததால், மருத்துவத்துறையின் பக்கம் திரும்பினார்.

அத்துறையில் ஒரு புரட்சியை உருவாக்கவிருக்கிறார்.

பெர்நார் வருவதற்குமுன், விவரிப்பதோடு எல்லோரும் திருப்தியடைந்தனர். மேலும், விளக்கமளிக்க, கொஞ்சம் மாயமும் கொஞ்சம் மதமும் கலந்த பழங்கதைகளைப் பயன்படுத்தி வந்தனர். உயிரினங்கள் எவ்வாறு இயங்குகின்றன என்பதைத் தெரிந்துகொள்ள குலோது பெர்நார் விரும்பினார். பரிசோதனைக்கூடங்கள் என்ற பெயரில்

அவருக்கு அளிக்கப்பட்ட தொழுவங்களில் பொறுத்துக்கொள்ள முடியாத அசௌகரியம், போதிய வெளிச்சமில்லாத பரண்கள், நாற்ற மடிக்கும் ஒதுக்கிடங்கள் என இடம் எப்படி இருந்தாலும், பகல் பொழுது முழுவதையும், இரவின் பெரும்பாலான நேரத்தையும் அந்த இடங்களில் கழித்தார். துணைக்கு விலங்குகள், பெரும்பாலும் நாய்கள். பரிதாபத்துக்குரிய ஜீவன்கள்! அவற்றைப் பற்றி எல்லாவற் றையும் தெரிந்துகொள்ள விரும்பும் ஆர்வம் கொண்ட இந்த மனிதரிடம் அவை சரியாக மாட்டிக்கொண்டன.

விலங்குகளைப் பற்றி அறிந்து கொள்ள, அவற்றைத் திறந்து பார்த்தார். குத்தினார், உறுப்புகளை வெளியே எடுத்தார்; மீண்டும் பொருத்தினார்; எல்லாம் ஓர் எந்திரத்தைப் போல். உயிரினத்தின் செயல்முறை மட்டுமே அவருக்குத் தேவை.

பரிதாபத்துக்குரிய விலங்குகள் அனுபவித்த இன்னல்கள் வீண் போகவில்லை.

அவர் கண்டுபிடித்தவற்றின் தலைப்புகள் அடங்கிய பட்டியல் மட்டுமே 227 பக்கங்களுக்கு நீண்டது.

கணையத்தின் பயன் என்ன?

கல்லீரல் எவ்வாறு சர்க்கரையை உண்டாக்குகிறது?

நீரிழிவு நோய்க்கும் மூளையின் குறிப்பிட்டதொரு மடலுக்கும் என்ன தொடர்பு?

மூளை நரம்பின் பகுதி எத்தகைய விளைவுகளை ஏற்படுத்துகிறது?

'குயிரார்' எனப்படும் நச்சு எப்படி அசைவுகளை முடக்குகிறது?

சுவாசத்தை எவ்வாறு கரியமிலவாயு தடை செய்கிறது?

இத்தகைய எண்ணற்ற ஆய்வுகள் தவிர, 'ஹோமியோஸ்டேசி' (ஒத்தவொடுக்கம்) எனும் மையக் கருத்தாடலையும் இவர்தான் கண்டுபிடித்தார். அது வெளியே ஏற்படக்கூடிய மாற்றங்களின் நெருக்கடிகளை மீறி தன் சமநிலையைத் தக்கவைக்கும் திறனாகும். வேறுவிதமாகக் கூறினால், நம் வாழ்வை இட்டுச்செல்லும் முக்கிய மான சமநிலை.

இப்படி அதிகமாகப் பணியாற்றியதில், அவருடைய உடல்நிலை பாதிக்கப்பட்டது.

1865ஆம் ஆண்டில், நீண்டதொரு ஓய்வில் இருக்க வேண்டிய கட்டாயத்தை அவருடைய மருத்துவர்கள் தெரிவித்தனர்.

பொழோலே நகரில் ஓய்வெடுப்பதெனத் திட்டமிட்டார். "பரிசோதனை மருத்துவத்தின் ஆய்வு அறிமுகம்" எனும் அவருடைய நூலினை எழுத இந்த ஓய்வுக்காலத்தை அவர் பயன்படுத்திக் கொண்டார். தெக்கார்த்தின் முக்கிய நூலான "விசாரணை முறை" போல் தர்க்க விசாரணைக்கான அதே முக்கியத்துவமான கட்டம்.

"எண்ணம் என்பது விதை; முறை என்பது நிலம்" என்பார் குலோது பெர்நார். இத்தகைய கருத்துடையவர் பஸ்தேரின் மிகப் பெரிய நண்பராக இருக்கிறார்.

எண்ணங்களையும் அனுமானங்களையும் பகிர்ந்துகொள்வதில் ஒப்பற்றதொரு தோழர்; அறிவியலறிஞர்களிடையே நிகழ்ந்த வாக்கு வாதங்களில் தோள் கொடுத்த தோழர்; சுக துக்கங்களில் சமபங்கு கொண்ட நண்பர்.

தத்தமது மனைவியைப் பற்றி அவர்களுக்குள் பேசியதுண்டா?

அறிவியலறிஞர்களின் மனைவிகள் குறித்த வாழ்க்கை வரலாற்றைப் பதிவு செய்வதில் சிறப்பிடம் பெற்ற வரலாற்று ஆய்வாளர்கள், புனிதப்பெண்மணியான மரியுடன் ஒப்பிடும்போது, மார்டினின் மகளான ஃபெனியைப் பாராட்டுவதில்லை! மாறாக, அவர் ஒரு வெறுக்கத்தக்க சண்டை பிடிக்கும் பெண்மணி எனக் குறிப்பிடுகின்றனர். விலங்குகளை அப்பெண் நேசித்தார் என்பதைக் குறிப்பிட்டாக வேண்டும்.

தன் மனைவியைவிட்டுப் பிரிவதற்கு, பிரஞ்சு அகாதமியில் தேர்வானதை குலோது பெர்நார் பயன்படுத்திக்கொண்டார். அவருடைய நெருங்கிய நண்பர்களும் நிம்மதியடைந்தனர். சுதந்திரத்தின் பாதை புதிரானது.

இராணுவக் கட்டுப்பாடெனும் வழி

பஸ்தேரின் வெற்றிகளை அங்கீகரிக்கும் விதமாக அவருக்கு, பண்பாடு மற்றும் பொதுக் கல்வித்துறைக்கான அமைச்சர், எக்கோல் நொர்மால் நிறுவனத்தின் நிர்வாகி, அறிவியல் இயக்குநர் ஆகிய பதவிகள் கிடைத்தன.

யுல்ம் வீதிக்கு வந்து சேர்ந்ததுமே, ஏறக்குறைய இராணுவத்துக் குரிய ஒழுக்கத்தைப் பஸ்தேர் அங்குக் கொண்டுவந்தார். அவரைப் பொறுத்தவரை, எக்கோல் நொர்மால் நிறுவனத்தில் உள்ளவர்கள் பணியாற்றிவிட்டு, பணிந்து செல்லத்தான் அவர்களுக்குப் பயிற்சியும் ஊதியமும் தரப்படுகிறது என நினைத்தார். எனவே, உடனடியாக சில அவசியமான நடவடிக்கைகளை எடுத்தாக வேண்டும் எனக் கருதினார்.

* "பயனற்றவை" எனக் கண்டறியப்பட்ட நூல்கள், நூலகத்தி லிருந்து அகற்றப்பட வேண்டும். மன்னர் போனாபார்த்துக்கு எதிராக விளங்கும் யுழேன் சுய் எழுதிய, "பாரீஸின் மர்மங்கள்" உள்ளிட்ட சில புதினங்களால் என்ன பயன்?

* உடையில் கடுமையான கட்டுப்பாடு. "வேறு ஏதோ ஒன்றில் சிந்தனையுடைய ஒருவரின் கேட்பாரற்ற நடத்தை" எனக் குறிப்பிட்டு, தனது பொருந்தாத உடைக்காக எதிர்காலத்தில் புவியியலாளராக வர உள்ள போல் விதால் தெலா பிலாஷ் தண்டனை பெற்றார்.

* பல்வேறு விதமான கால விரயங்களுக்கு எதிரான முறையான நடவடிக்கைகள்: காலைக்கடன்களைக் கழிக்க ஆகும் நேரத்தைக் குறைக்க சில வழிகாட்டு நெறிமுறைகள் வழங்கப்பட்டன. பணி யாற்றும் இடத்திலிருந்து வெளியே சென்று வரும் அனுமதிக்கு (அதற்கான அவசியம் உறுதி செய்யப்படாமல் இருந்தால்) கட்டுப் பாடு விதிக்கப்பட்டது.

* நாள்தோறும் இருமுறை பிரார்த்தனையில் கலந்துகொள்வது கட்டாயம்.

* புகைபிடிக்கத் தடை.

* திங்கட்கிழமைகளில் ‘ரகு’ என்னும் கறிக்குழம்பு பரிமாறப் பட்டது. (இதற்குமுன் அதனைச் சாப்பிடமுடியாது என ஒதுக்கிய மாணவர்களுக்கு எதிரான பழிவாங்கும் நடவடிக்கையாகும்)

எக்கோல் நொர்மால் நிறுவனத்தைச் சேர்ந்தவர்கள், குறிப்பாக “இலக்கியவாதிகள்” பொருமினர்.

பதற்றம் அதிகமானது. சேந் தெத்தியேன் பகுதியில் உள்ள நூலகம் தொடர்பாகப் பிரச்சனை வெடித்தது.

வொல்தேர், பல்ஸாக், மிஷேலே, ரெனான் ஆகிய எழுத்தாளர் களின் படைப்புகளை அங்கு வரவழைப்பதென நகராட்சி நிர்வாகம் முடிவெடுத்திருந்த நேரம் அது. உள்ளூர் பிரமுகர்கள் சிலர் தங்கள் எதிர்ப்பினைத் தெரிவிக்கும் விதமாக செனட் எனும் மேல்சபைக்குக் கடிதம் எழுதினர். அதில், “கிருத்துவப் பண்பாட்டிற்கு இந்த எழுத்தாளர்கள் எதிரிகள். இவர்களுக்கு நம்மிடம் இடம் இல்லை” எனக் குறிப்பிட்டிருந்தனர்.

இலக்கியத்திறனாய்வாளரும் செனட் சபை உறுப்பினருமான சேந்பேவ் இத்தகைய கோரிக்கையைக் கண்டு நகைத்தார். அவரது பதிலுக்கு ஆதரவாக எழுதப்பட்ட ஆயிரக்கணக்கான கடிதங் களுக்குள், லலியே எனும் எக்கோல் நொர்மால் நிறுவனத்தின் உறுப் பினர் ஒருவர் எழுதி, 80 மாணவர்களில் 60 பேர் இணைந்து அதனை முன்மொழிந்து கையொப்பமிட்டு அனுப்பியிருந்த உணர்வுப் பூர்வமான கடிதமும் அதில் அடக்கம்.

பொருத்தமானதென்று கருதவே, ‘லவெனீர் நசியோனால்’ எனும் குடியரசுக் கட்சியின் இதழில் இக்கடிதத்தை எத்தியேன் அராகோ வெளியிட்டார்.

எப்பொழுதும் போல், தம் தந்தையால் வார்க்கப்பட்ட அசல் தீவிர போனாபார்த் கொள்கைக்கு விசுவாசமாக இருந்த பஸ்தேரின் கோபம் அதிகரித்தது.

லலியே வெளியேற்றப்பட்டார். எக்கோல் நொர்மாலில் தொடங்கிய கிளர்ச்சி விரைவில் மேட்டுக்குடியின் பகுதிக்கும் பரவியது.

பத்திரிக்கை உலகம் பலத்த கண்டனத்தைத் தெரிவித்தது. இம் முடிவை உடனடியாகக் கைவிட வேண்டும் என்றது.

பஸ்தேர் விட்டுக்கொடுக்கத் தயாராக இல்லை.

தற்காலிகமாக எக்கோல் நொர்மாலை மூடுமாறு அமைச்சர் உத்தரவிட்டார். கிளர்ச்சியில் ஈடுபட்ட மாணவர்கள் மீண்டும் சேர்த்துக் கொள்ளப்பட்டபோதிலும் ஒவ்வொருவரும் மன்னிப்புக் கடிதம் எழுதித்தர வேண்டும். லலியே விஷயத்தில் மாற்றமில்லை, அவரது நீக்கம் இறுதியானது.

இதற்கிடையில் மேல்மட்டத்தில், இக்குழப்பநிலை எரிச்சலூட்டியது. அனைத்து நிர்வாகப் பொறுப்புகளும் பஸ்தேரிடமிருந்து திரும்பப் பெறப்பட்டன. மிகவும் விருப்பமான ஆராய்ச்சிப் பணிக்கே திரும்புமாறு பஸ்தேர் கேட்டுக்கொள்ளப்பட்டார். ஆனால், மன்னரின் ஆதரவு அவருக்கு இருக்கவே, அவருக்கான பரிசோதனைக்கூடம், யுல்ம் வீதியில் எக்கோல் நொர்மால் வளாகத்திலேயே ஏற்பாடு செய்து தரப்பட்டது.

சிரிக்காமல் இருந்ததைப் பற்றி

பஸ்தேருக்குப் பிடிக்காத விக்தோர் உய்கோ, "சிரிக்கும் மனிதன்" எனும் நூலை எழுதியுள்ளார்.

நமக்குக் கிடைத்துள்ள தகவல்களின்படி, பஸ்தேர் சிரித்ததே இல்லை.

ஏன்?

சிரிக்காமல் எப்படி வாழ்வது?

ஏனெனில், சிரிப்பது என்பது பதட்டத்தைத் தவிர்ப்பது.

ஆனால், நம் இலக்கை நோக்கித் தொடர்ந்து பதட்டத்தோடு இருக்க வேண்டிய நாம், அதனைத் தவிர்த்து இளைப்பாறுவது என்பது ஏற்றுக்கொள்ளக் கூடியதா?

அதேபோல், "வேலை இல்லாத ஒரு நாள், களவாடப்பட்ட நாள்" அல்லது "வேலை மட்டுமே மகிழ்ச்சியளிக்கக்கூடியதாகும்". இவை பஸ்தேருக்குப் பிடித்தமான இரு முழக்கங்களாகும். ஒரு கணம் சிரிப்பது என்பது குறிக்கோளை எட்டச் செலவிடப்படும் ஆற்றலைப் பெருமளவு திசைதிருப்பிவிடக்கூடியதாகும்.

நம் எதிரிகளைக் கண்டு சிரிக்கலாமே என நீங்கள் கூறலாம். அவர்களைக் கண்டு பஸ்தேர் நகைத்ததில்லை. அவர்களது செயல் பாட்டில் நீடித்த தன்மை இல்லாததையே சுட்டிக்காட்டினார்.

தன்னைக் குறித்தே சிரிக்கலாமே என்றுகூட நீங்கள் கூறலாம்.

அறியாத ஒன்றை நோக்கி முன்னேறும் போது சந்தேகத்திற்கு இடம் தரக்கூடாது எனச் சிலர் கூறலாம்.

ஆனால், பஸ்தேர் தமது ஊகங்கள், செயல்முறைகள் ஆகிய வற்றைத் தொடர்ந்து ஆய்வுக்கு உட்படுத்தி வந்தார்.

தன் கருத்துக்களைச் சந்தேகப்படுவது என்றால், அதுவும் தன்னம்பிக்கைதான். இந்த நம்பிக்கையின் மிக உறுதியான அத் தாட்சியே அதுதான். தம் செயல் தவறாக முடிய நேர்வதை தாங் கிக்கொள்ள முடியாதவன்தான் தன் பலவீனங்களை மறைக்க முயல்வான்.

மேலும் ஒரு கருத்து இருந்தது. சிரிப்பு என்பது தொற்றக்கூடியது என எல்லோரும் கூற முன்வருவார்கள். பஸ்தேர் ஒருபோதும் சிரிக் காததற்கு இதுதான் காரணம்.

உயிர் மூலத்தை அறியும் பயணம் (II)

ஒரே இடத்தில் இருந்துகொண்டு, அடைக்கப்பட்ட தம் பரிசோத னைக்கூடங்களில் வாசம் செய்யும் அறிவியலறிஞர்கள், உடற்பயிற் சிக்கு எதிரானவர்கள் என யார் கூறியது?

1860ஆம் ஆண்டு செப்டம்பர் மாதம்

ஷமோனியிலிருந்து புறப்பட்ட இரு நபர்கள், 'மேர் தெ கிலாஸ்' எனும் பனிப்பாறையை நோக்கிப் பயணமானார்கள். முப்பது கண்ணாடிக் குடுவைகளைக் கொண்ட பொதியைச் சுமந்தபடி கோவேறு கழுதை ஒன்று அவர்களைப் பின் தொடர்ந்து சென்றது. வினோதமான பயணத்தில் ஈடுபட்டிருந்த அந்த இருவரில் ஒருவர் வழிகாட்டி, மற்றொருவர் பஸ்தேர். அவர் சாதாரணமாகப் பயணம் சென்றிருக்கிறார் எனக் கருதினால் பஸ்தேரை நாம் சரியாக அறிந்திருக்கவில்லை என்றாகிவிடும். நொதித்தல் குறித்த ஆய்வு களை மேற்கொண்டிருந்த நாள்முதல், காற்றுவெளி எங்கும் நுண்ணுயிர்க்கிருமிகள் காணப்படுகின்றன என்பது அவருக்குத் தெரியும். உயரத்தில் அவை நிச்சயமாகக் குறைவான எண்ணிக்கையில் இருக்கும்.

மோன்தான்வேர் எனும் இயற்கைப் பலகணிக்கு வந்து சேர்ந்ததும், தன்முன் நின்ற அற்புதமான மலைக் குன்றுகள் மீது நம் அறிவியலறிஞரின் பார்வை விழவில்லை. துருப் மலைகள் மீது

வெறுப்பு. மொராஸ் மலைகள்மீது அலட்சியம். இதற்குச் சரியான காரணம் அவரிடம் இருந்தது. அப்பொழுது அவருக்கிருந்த கவலையை நினைத்துப் பார்க்க முடிகிறது. தாம் கொண்டு சென்றிருந்த குடுவைகளைக் காற்றால் நிரப்பிப் பின் அவற்றை மூட இயலவில்லை. தொடர்ந்து வீசிய பலத்தகாற்று, ஸ்பிரிட்டில் எரிந்த விளக்கை அணைத்தபடியே இருந்தது. எனவே, குடுவைகளின் கழுத்துப் பகுதியை உருகச் செய்யமுடியவில்லை.

மீண்டும் நிலப்பரப்பிற்குத் திரும்பினர். நெருப்புச் சுடரினை அணையாமல் பாதுகாக்கும் விதமாக ஒரு வழியைக்கண்டுபிடித்துத்தர கலைஞர் ஒருவரைத் தேடும் முயற்சி. மீண்டும் ஒருமுறை பயணம். எப்பொழுதும்போல், கோவேறு கழுதை அவர்களைப் பின்தொடர்ந்து வந்தது.

இம்முறை, மலையின் நல்ல காற்றைப் பெற்றுக்கொண்டபின் குடுவைகள் மூடிக்கொண்டன.

இரவில், ஷமோனி பகுதிக்குத் திரும்பிய பஸ்தேர், சோர்வு தெரியாத அளவு பெரும் மகிழ்ச்சியில் இருந்தார். ஒரே ஒரு குடுவையில் மட்டுமே உயிர்அணுக்கள் தோன்றின.

எவ்வளவு உயரத்துக்கு ஏறுகிறோமோ அந்த அளவு வளி மண்டலம் தூய்மையாக உள்ளது என்பதற்கான சான்றைக் கொண்டு வந்திருந்தார்.

சிறிது காலம் கழித்து, பிரேனே மலைத்தொடரில், மூவர் இவ்வேலையில் ஈடுபட்டனர். அவர்களும் மலையேற்ற வீரர்கள் தான். கிருமி நீக்கப்பட்ட குடுவைகளே அவர்களுடன் சென்றன.

ருவேன் நகரின் உயிர்வாழ் இன அருங்காட்சியகத்தில் பேராசிரியராகப் பணியாற்றி வந்த ஃபெலிக்ஸ் ஆர்கிமேத் புஷேயும், அவருடைய இரண்டு நண்பர்களும் வைக்கோல் கசாயம் நிறைந்த குடுவைகளைக் கழுதைகளில் ஏற்றி மலையேறினர்.

அவர்கள் மேற்கொண்ட மலையேற்றத்தின் நோக்கம் எளிமையானதுதான். நல்ல உயரமான இடத்தை எட்டியவுடன், குடுவைகளைக் காற்றைக் கொண்டு நிரப்புவார்கள். (பஸ்தேரைப் பொறுத்தவரை, இக்காற்று கிருமிகளற்றதாகும்). அந்தக் கரைசல் விரைவாகத் திரிந்து போகும் என்பதால், இப்படித் திரியும் நிலைக்குக் கிருமிகள் எவ்வகையிலும் காரணம் இல்லை என்பதற்கான ஆதாரமாக இது அமையும். ஏனெனில், அந்த உயரத்தில் கிருமிகள் எதுவும் இல்லை.

எனவே, மூவர்குழு மலை ஏறியது. இம்முறையும் உயரத்துக்குச் சென்றது. பஸ்தேர் மோன்தான்வேர் சென்றிருந்த போது, 2000 மீட்டர் தூரத்தைத்தான் கடந்திருந்தார். இப்பொழுதோ, வாட்டும் குளிர் மேன்மேலும் தீவிரமடைந்தபோதிலும், இந்த மூவர் 3000 மீட்டரை எட்ட விரும்பினர்.

குன்று போன்றதொரு இடத்தை வந்தடைந்ததும், தேவையான செயல்முறைகளை நிறைவேற்ற வேண்டிய நேரம் என்பதை உணர்ந்த இம்மூவரும் உடன் பயணம் செய்த கழுதையும் சேர்ந்து விவாதித் தனர். இரவு நெருங்கியது. கீழே இறங்கிப்போவது ஆபத்தானது. குளிரில் நடுங்கியபடி, ஒருவரை ஒருவர்கட்டிக்கொண்டு, விடியட்டும் என்று காத்திருக்க வேண்டும். இத்தகைய சித்திரவதையை அனு பவிக்க நாம் அறிவியலை விரும்ப வேண்டுமா?

“உயிரின் மூலம் எது?” என்ற மனித உயிர்களின் நெடிய விசார ணையில் பொழுதுபோக்காக மலை ஏறிய இவர்களின் முயற்சி ஒரு புதிய நிகழ்வாக அமைந்தது.

இந்தப் புதிரை விளக்க, கடந்த இரண்டாயிரம் ஆண்டுகளாக, எல்லாவிதமான “வசதிகளை”யும் பயன்படுத்தி முயன்று பார்த்தார் கள்.

நீல் நதியில் ஏற்பட்ட பெருவெள்ளத்தின் குழந்தைகள்தான் தவளைகள் எனப் புலுய்தார்க் உறுதியாகத் தெரிவிக்கிறார். விர்ழீலைப் பொறுத்தவரை, குதிரைகள் காற்றிலிருந்து பிறந்தவர்கள். 18ஆம் நூற்றாண்டில், ஒரு பாத்திரத்தில் கோதுமை விதைகளையும் அதிக வியர்வைக்குள்ளான பெண் ஒருவரின் உடையையும் போட்டு வைப்பதன்மூலம் சுண்டெலிகள் கிடைக்கும் எனும் நம்பிக்கை இருந்துவந்தது. இத்தகைய வினோதமான கற்பனைகளின் எல்லைக் குச் செல்லாவிட்டாலும், நம் ஃபெலீக்ஸ் ஆர்கிமேத், “தன்னிச்சை உற்பத்தி கோட்பாட்டை” நம்பும் கூட்டத்தைச் சேர்ந்தவர் ஆவார். உயிரினங்கள் எங்கும் எதிலிருந்தும் பிறக்கக்கூடியன என இக்குழு வைச் சார்ந்தவர்கள் கருதினர். நவீனமயமாக்கவேண்டிய, தங்களைச் சுயம்புகள் எனக் கூறிக் கொண்டனர். அதாவது, அடுத்தவர்மூலம் பிறப்பது எனும் கொள்கையின் ஆதரவாளர்கள்.

எனினும், இத்தகைய வியக்கவைக்கும் விளக்கங்களுக்கு எதிராகச் சில குறிப்பிட்ட சக்திகள் முழுமூச்சுடன் எதிர்க்கத் தொடங்கின. இவர்களில் ஒருவர், இத்தாலியில் உள்ள மொதேன் பகுதியில் 1729ஆம் ஆண்டு பிறந்த லஸாரோ ஸ்பலான்ஸானியாவார். 18ஆம் நூற்றாண்டைச் சேர்ந்த அவரைப் பற்றிய இரகசியம் ஒன்று

உள்ளது. பாதிரியார், சட்ட வல்லுநர், கணிதவியலாளர், எரிமலை ஆய்வாளர், மொழியியலாளர் எனப் பன்முக ஆளுமையுடையவராக இருந்த அவர் வாழ்வின் இயக்க விதிகளை ஆய்வதிலும் மிகுந்த ஆர்வம் செலுத்தினார். பஸ்தேருக்கு முன்பாக, நுண்ணோக்கியில் கண்டறியப்பட்ட, ஏராளமான உயிரினங்களைக் குறித்து விவரித் துள்ளார். பஸ்தேருக்கு முன்னரே, அத்தகைய உயிரணுக்கள் பல்கிப் பெருகும் குடுவையைச் சூடாக்குவதன்மூலம் அவற்றைக் கொல்ல முடியும் என நிரூபித்தவர். இந்த ஆய்வின்மீது வொல்தேர் பெரிதும் ஈடுபாடு காட்டினார்.

இந்த மகத்தான இத்தாலிய அறிஞருக்குப் புகழஞ்சலி செலுத் திவிட்டோம். நம் மலையேற்ற வீரர்களின் கதைக்கு வருவோம்.

தாங்கள் எட்டியிருந்த சிகரங்களைவிட்டுக் கீழே இறங்கியதும், தத்தமது முடிவிற்கான உரிய ஆதாரத்தைக் கொண்டு வந்திருப்பாக ஒவ்வொருவரும் உறுதியாக நம்பினார்கள்.

அவர்களிடையே எவ்வாறு வெற்றியாளரைத் தேர்ந்தெடுப்பது?

★
★ ★

முன்னர் போற்றப்பட்ட 18ஆம் நூற்றாண்டோடு ஒப்பிடுகையில், 19ஆம் நூற்றாண்டானது, பெரும்பாலும் தரம்தாழ்ந்து முதலாளித்துவ மனப்பாங்குடன் பூர்ஷ்வாத்தன்மையுடன், தற்பெருமை பேசித்திரிந் தது. லாபக்குறிக்கோளுடன், செல்வத்தைக் குவிப்பதிலேயே முனைப் புக்காட்டிய சமூகம் போல் அது காணப்பட்டது.

அதாவது அறிவியல், அதன் நடைமுறை ஆய்வுகள் ஆகியவைமீது ஈடுபாடு காட்ட மறந்த நிலை.

1864ஆம் ஆண்டு, மார்ச் மாதம் 7ஆம் தேதி அன்று அந்த பிற்பகல் நேரத்தில், பாரீஸில் உள்ள சொர்போன் பல்கலைக்கழக நாடக அரங்கில், சர்க்கஸ் அல்லது நாடக நிகழ்ச்சிக்கு வருவது போன்று பாரீஸ் நகரம் முழுவதுமே அங்கு வந்து குழுமியிருந்தது.

சாதாரணமாக மாணவர்கள் அமரும் அந்த மரபெஞ்சுகளில், மன்னரை மணக்க இருக்கும் இளவரசி மத்தீல்த், ஏராளமான அமைச்சர்கள், எழுத்தாளர்கள் ஜோர்ழ்சந், அலெக்ஸாந்தர் துய்மா எனப் பல பிரமுகர்களைக் காண முடிந்தது.

பஸ்தேர் மேடையேறுகிறார்.

அவரது கைகள் ஒவ்வொன்றிலும் ஒரு கண்ணாடிக் குடுவை இருந்தது.

முதல் குடுவை சாதாரணமானது. செங்குத்தான கழுத்தை உடையது.

இரண்டாவது குடுவை அன்னத்தின் கழுத்தைப் போல நீண்டு பின் வளைந்து காணப்படுகிறது.

அன்னக் கழுத்துக் குடுவை படம்

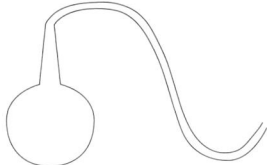

இந்த இரண்டு குடுவைகளிலும், பஸ்தேர் ஒரே திரவத்தை அதாவது ஈஸ்ட் நீரைத்தான் ஊற்றுகிறார்.

கொஞ்சம் பொறுங்கள்.

இப்பொழுது பாருங்கள்.

பஸ்தேர் இரண்டு குடுவைகளையும் தூக்குகிறார்.

சாதாரணமான குடுவையில் நீர் ஏற்கெனவே திரிந்திருந்தது.

இரண்டாவது குடுவையான அன்னக் கழுத்துடைய குடுவையில் முதலில் இருந்த அதே சுத்தமான தன்மை கெடாமல் இருந்தது.

ஏன் என உங்களுக்குத் தெரியுமா?

பஸ்தேர் விளக்கம் தருகிறார்:

"இதுதான் ஒரே வேறுபாடு. முதல் குடுவையில், காற்றில் அலையும் தூசித்துகள்கள் குடுவையின் வாய்வழி விழுந்து திரவத்தைச் சென்றடையும். அங்கு அவை மாற்றமடைய தோதானதொரு சக்தி கிடைத்துவிடும். மாறாக, இரண்டாவது குடுவையில், இது சாத்தியமில்லை அல்லது, குறைந்தபட்சம், காற்றில் அலையும் தூசித்துகள்கள் உள்ளே செல்வது மிகவும் கடினமாகும்.

ஆரவாரங்கள். அரங்கமே எழுந்து நின்று பாராட்டியது.

பஸ்தேர் தொடர்கிறார்:

"படைப்பின் பிரம்மாண்டத்தில் என் சிறு துளியை எடுத்து விட்டேன். எடுத்தபின் காத்திருக்கிறேன்; கவனிக்கிறேன்; அதனை விசாரிக்கிறேன்; முதல் படைப்பினை எனக்காகத் தயவு செய்து

மீண்டும் ஒருமுறை செய்து காட்டும்படி கேட்கிறேன். அது ஓர் அற்புதமான காட்சியாக அமையும்! ஆனால் அதுவோ மௌனமாக இருக்கிறது! இந்த அனுபவங்கள் தொடங்கி பல ஆண்டுகளாக அது மௌனமாகவே இருக்கிறது. ஓ! நான் அதனிடமிருந்து விலக்கி வைத்துவிட்டேன். இப்பொழுதும் விலக்கிவைத்துத்தான் இருக் கிறேன். உருவாக்குவதற்கு மனிதனுக்குக் கிடைத்த ஒரே பொருள் அது. காற்றில் அலையும் நுண்ணுயிரிகளை அதனிடமிருந்து விலக் கிவைத்துவிட்டேன். அதனிடமிருந்து வாழ்வை விலக்கிவைத்து விட்டேன். ஏனெனில், வாழ்வு என்பது நுண்ணுயிரி. நுண்ணுயிரி என்பது வாழ்வு.

ஆரவாரங்கள்.

மரணத்தின் அருகில், தன்னிச்சையான உற்பத்திக் கோட்பாடு மேலும் சிறிது நேரத்திற்குத் தொடர்ந்து துடித்துக்கொண்டிருக்கும்.

மேலும், சில பொது விவாதங்கள் ஏற்பாடு செய்யப்பட்டன. குறிப்பாக, உயிரியல் தேசிய அருங்காட்சியகத்தில் அவ்வாறு ஒரு விவாதக் கூட்டத்துக்கு ஏற்பாடு செய்யப்பட்டது.

அன்னக் கழுத்துடைய குடுவையினால் பாதுகாக்கப்பட்ட பஸ்தேரின் நொதிநீர் தொடர்ந்து கெடாமல் சுத்தமாக இருந்தது.

ஆனால், புஷே அவர்களால் காண்பிக்கப்பட்ட வைக்கோல் கசாயமோ தொடர்ந்து கெட்டுக்கொண்டிருந்தது. அது இருந்த பாத்திரத்தை முழுமையாகத் தூய்மையாக்கி, அதன்மூலம் எந்த உயிரணுவும் அண்டாத வகையில் பாதுகாக்கக் கவனம் செலுத்தி யிருந்தபோதிலும் அது நிகழ்ந்தது. "இப்படியான மாற்றத்திற்கு எப்படி அந்த உயிரணுக்கள் காரணமாக இருக்க முடியும்? காரணம், நான்தான் அவை அனைத்தையும் அழித்துவிட்டேனே" என அவர் கேட்டார்.

தான் கண்ட அனுபவங்கள் குறித்து உறுதியான கருத்துக்கள் கொண்டிருந்த புஷே தன் தோல்வியை அறியாமலேயே, தொடர்ந்து புதிரானதொரு "தாவர உயிர் ஆற்றல்" எனக் குறிப்பிட்டவாறே இறந்துபோனார். தன்னுடைய வைக்கோலில் மீண்டும் உயிர்ப்பிக்க வல்ல பாதுகாப்பு வளையங்களால் சூழப்பட்ட சிறு அமைப்புகளை அவரால் இனங்காண இயலவில்லை. மேலும், தமக்குத் தோதான சூழ்நிலை உருவாகும் வரையில் உயிர்ப்படைவதற்குமுன் நீண்ட காலத்துக்கு அந்த விதைகள் காத்திருக்கவும்கூடும்.

இந்த விவாதம் அதிக கவனத்தை ஈர்த்த அதே நேரம், உயிரின் தோற்றம் எது என்னும் கேள்வியைக் காட்டிலும் மற்றுமோர் குறிப் பிடத்தக்க பெரிய கேள்வியொன்றையும் எழுப்பியது. அது, கடவுள் இருக்கிறாரா?

பாதுகாக்கப்பட்ட பகுதியொன்றிலிருந்து உயிர் உருவாக முடியு மெனில், படைப்பவன் என ஒருவன் தேவை இல்லையே!

தன்னிச்சையான உற்பத்திக் கோட்பாட்டாளர்கள், நாத்திகர்களின் பசிக்குத் தீனி கொண்டு வந்தனர்.

மாறாக, எதிர்வாதத்திலும் உண்மையில்லை.

கிருமிகள் இருப்பதையும் அவற்றின் பங்கையும் விவரிப்பதன் மூலம் வாழ்வின் மூலத்தைப் பற்றி எவ்வித தகவலையும் அளிக்க முடியாது. தொடர்ந்து அது ஒரு புதிராகவே இருக்கிறது.

அறிவியலும் மதமும் இரண்டு வெவ்வேறு துறையைச் சார்ந்தவை என்பதை பஸ்தேர் தொடர்ந்து வலியுறுத்திவந்துள்ளார்.

மெகிரேவும் பட்டுப்புழுவும்

பட்டு என்பது புழுவிலிருந்து நேராக வருகிறது. புழு அதனை நூலாக வெளியேற்றுகிறது. புழுவோ விதையிலிருந்து வருகிறது. ஆண்டில் பத்து மாதக் காலத்துக்குத் செத்த பொருளாய் பாதுகாக் கப்படும் அது, தன் பருவம் வந்ததும் மீண்டும் உயிர் பெறுகிறது.

மல்பெரி செடியின் இலையை (இப்புழு விலங்கினத்தைச் சேர்ந்த தென்பதால், இது மட்டுமே அதன் இறைச்சி) உண்டு உயிர்வாழும் இப்புழு, ஆறு, ஏழு அல்லது எட்டு வாரங்கள் மட்டுமே வாழும். புழு வாழும் இடத்துக்கும் குறிப்பிட்ட ஆண்டுக்கும் தக்கவாறு இது நிகழும். இந்த குறுகிய காலகட்டத்தில் அது நமக்கு விட்டுச் செல்லும் பட்டு, அதன் தீனிக்கான செலவினத்துக்குப் பெரிதும் போதுமானதாக இருக்கும்.

பஸ்தேர் நூலினை மூடிவைத்தார். நூலின் ஆசிரியர் ஒலிவியே தெசேர்.

ஆண்டு: 1599, நூலின் தலைப்பு: பட்டு சேகரிப்பு.

பஸ்தேர் முகத்தில் புன்னகை அரும்பியது. அவரிடம் எப்போதா வது வெளிப்படும் பலவீனம் அது. இப்பொருள் குறித்து அவர் படிக்க நேர்ந்த அத்தனை நூல்களைக்காட்டிலும் இதுதான் அவருக்கு மிகவும் பிடித்தமானதாக இருந்தது.

சென்ற மாதம் அவருடைய முன்னாள் ஆசிரியர் மூான் பத்தீஸ்த் துய்மா அவரைப் பார்க்க வந்திருந்தார்.

"பஸ்தேர், உங்கள் உதவி எனக்குத் தேவைப்படுகிறது" என்றார்.

வேளாண் அமைச்சராகப் பணியாற்றியபின், கார் பகுதியின் செனாத்தேர் (பாராளுமன்ற உறுப்பினர்) ஆகி இருந்தார். அவரது எழுத்து அதிரச்செய்தது.

"பட்டானது தன் செல்வத்தை லியோன் பகுதிக்கு மட்டும் வாரி வழங்கவில்லை. பிரான்ஸின் தென்பகுதியில் உள்ள உழவர்களுக்குத் தங்களது வறுமையிலிருந்து காப்பாற்றிக்கொள்ள ஏதுவாகக் கூடுதல் வருமானத்தையும் அளித்துள்ளது. ரோன் நதியின் பாய்ச்சல் நிலங்களில், பட்டுப்புழுக்களைப் பரவலாக வளர்த்துவருகிறார்கள். துரதிஷ்டவசமாகக் கொடிய தொற்றுநோய் அவற்றைத் தாக்குகிறது. பட்டுப்புழு தீனி எடுக்காமல் இருக்கிறது. உமிழ்வதற்கு முன்பாகவே மெலிந்து இறந்துபோகிறது. அது உமிழ்வது பட்டு என்பது உங்களுக்குத் தெரிந்ததுதான். லட்சக்கணக்கான ஏழை மக்களுக்கு இது ஒரு பெரும் சோகமாகும்.

மாபெரும் வேதியலாளர் கேட்கும் இந்த உதவியைச் செய்யாமல் எப்படி அவரால் மறுக்கமுடியும்? தான் பெரிதும் மதிக்கும் ஆசிரியராக இருந்தவர் மட்டுமின்றி உள்ளத்தில் ஒளியேற்றிவைத்தவர்களில் ஒருவர் அவர். மேலும், பாதிக்கப்பட்டுக் கிடக்கும் இம்மக்களுக்கு உதவிக்கரம் நீட்டாமல் எப்படி இருப்பது?

அந்தக் கொடிய நோயை எதிர்த்துச் செயல்படுவதாகப் பஸ்தேர் உறுதியளித்ததுடன் தன்மேல் செனாத்தேர் வைத்திருக்கும் பெரும் நம்பிக்கைக்காக அவருக்கு நன்றி கூறினார்.

இந்தச் சந்திப்பு நடந்த நாளிலிருந்து, பஸ்தேர் தகவல்கள் சேகரிக்கத் தொடங்கினார். தனக்கிருக்கும் ஏராளமான பணிகளுக்கிடையில், எப்படி இதற்கான நேரத்தை ஒதுக்கப்போகிறோம் என நினைத்தபடியே புறப்படத் தயாரானார்.

கெ தெ ஓர்ஃபேவ்ரு என்னும் இடத்தில் பஸ்தேர் அற்புதத்தை நிகழ்த்தியிருக்க வேண்டும். அவருக்குள் துப்பறிவாளரான மெகிரே புகுந்திருந்தார். கிருமிகள் இருப்பதை கண்டுபிடித்துவிட்ட நிலையில், இவை எந்தவகையான தீங்கினை விளைவிக்கும் குற்றவாளிகள் என்பதையும் தெரிந்து வைத்திருந்தார். ஆனால், தன் அலுவலகத்தில் அமர்ந்திருந்தால், குற்றவாளி தானாகத் தன் இருப்பிடத்திலிருந்து வெளியில் வரப்போவதில்லை. குற்றம் நடக்கும் இடத்திற்குச்சென்று அதனை இறுதிவரை விசாரித்தாக வேண்டும். பின்னர், கொஞ்சம்

கொஞ்சமாக முழு கதையையும் கோர்வையாகப் பார்க்க வேண்டும். இதற்கு சுவாசிக்க வேண்டும், உள்வாங்க வேண்டும். குற்றம் (அல்லது ஒரு நோய்) என்பது முதலில் ஒரு வளிமண்டலச்சூழல்.

1865ஆம் ஆண்டு, ஜூன் மாதம் 5ஆம் நாள், தெற்குப் பகுதிக்குச் செல்லும் தொடர்வண்டியில் ஏறினார். முடிவற்றதொரு நீண்ட பயணம். காரணம், அந்த வாகனம் இல்லை. அதன் பலத்தை சோதித்துப் பார்க்க வேண்டிய அவசியமில்லை. ஆனால், வண்டி புறப்பட்டதும் உடனடியாக அதனை நிறுத்தியாக வேண்டும். வழியில் உள்ள அத்தனை நகராட்சிகளின் கோரிக்கைகளையும் திருப்தி செய்யும் வண்ணம், பாரீஸ் - லியோன் – தென்பிரான்ஸ் வழித்தடத்தில், பதினாறு நிறுத்தங்களை உருவாக்குவதென முடிவெடுக்கப்பட்டிருந்தது.

வாகனம் ஒருவழியாக அவிஞ்ஞோனை வந்தடைந்தது.

பூச்சிகளைப் பற்றி நன்கு அறிந்தவர் என ஏற்கெனவே பெயர் பெற்ற ஒருவர் இங்குள்ள பள்ளியில்தான் பணியாற்றிவருகிறார்.

தேந்துரியே வீதியில் உள்ள 14ஆம் எண் வீடு, தொடர்வண்டி நிலையத்திலிருந்து வெகுதூரத்தில் இல்லை.

"இங்கு வந்திருப்பது யார்?"

"லூயி பஸ்தேர்"

பஸ்தேர் வரும் செய்தி முன்னதாகவே அவருக்குத் தெரிவிக்கப்படவில்லை. மேலும், கைகுலுக்கவில்லை, நுண்ணோக்கியில் முகம் புதைத்தபடி நாளெல்லாம் பொழுதைக் கழிப்பவருக்குச் சுத்தமாகத் தோற்றமளிக்கக்கூடிய கையில் எவ்வளவு நுண்ணுயிரிகள் ஊர்ந்துகொண்டிருக்கும் என்பது தெரியும். எனினும், இத்த கைய சுகாதாரம் தொடர்புடைய சாதாரணமானதொரு செய்கை, மதிப்பின்மை அல்லது வெறுப்பாகக் கூட புரிந்துகொள்ள வாய்ப்புண்டு. குறிப்பாகத் தென்பகுதியைச் சேர்ந்தவரால் அப்படிக் கருதப்படலாம்.

சுருக்கமாகச் சொன்னால், முதல் சந்திப்பில் நெருக்கம் இல்லை.

துரதிஷ்டவசமானதுதான். தன்னைச் சந்திக்க வந்தவரைப் பற்றி ழான் - ஹென்றி ஃபாபர் நன்கு அறிந்திருந்தார். அவரது பணிகள் மீதும் பெரும் மதிப்பு வைத்திருந்தார். அருகில் வசிக்கும் ஒருவர் வீட்டுக்குச் சென்று பட்டுப்புழுக் கூடு ஒன்றை வாங்கிவந்து பஸ்தேரிடம் கொடுத்தார். அதனைக் காதருகில் வைத்து பஸ்தேர் ஆட்டிப்பார்த்தார்.

"ஏதோ சத்தம் கேட்கிறதே! உள்ளே ஏதாவது இருக்கிறதா?"

"அதுவா? அது தான் கிரைசாலிட்."

"என்ன? கிரைசாலிட்டா?"

"இது ஒருவகை மம்மி போன்றது. கூட்டுப்புழுவிலிருந்து பட்டாம்பூச்சியாய் மாறும் முன் கடக்கும் பருவமான ஒருவித உறக்க நிலைக்கான இடம்."

"அப்படியென்றால், எல்லாக் கூடுகளிலும் இப்படி ஒன்று இருக்குமா?"

"நிச்சயமாக! கிரைசாலிட் பருவத்தைப் பாதுகாப்பதற்காகத் தன்னைச் சுற்றி அப்புழு பட்டு நூலினைப் பின்னிக்கொள்கிறது".

"ஓ, அப்படியா?"

விரைவில், ஃபாபர் அவர்களை "பூச்சிகளின் ஹோமர்" என விக்தோர் உய்கோ அழைக்கவிருக்கிறார். மேலும், இந்தக் காட்சியை விளக்க இருபது ஆண்டுகள் காத்திருக்கப்போகிறார். தான் மேற் கொண்ட முயற்சியின் வெற்றிக்குப் பெருமளவில் நம்பிக்கையளித் தது பஸ்தேரின் அறியாமை என ஃபாபர் நினைத்துப்பார்க்கிறார்:

"வளமான நூலகத்தைக்காட்டிலும் உண்மைகளை வெளிக் கொணரும் முனைப்பான விவாதம் மேலானது. ஆம், அறியா மையிலும் சில நன்மைகள் உண்டு. வழக்கமான பாதைகளை விட்டு விலகிச்செல்லும் போது புதிய பாதை தோன்றும்".

விடுதியில் குறுகிய இரவுப்பொழுது கழிந்தது.

அடுத்த நாள், தொற்றுநோயால் பாதிப்புக்குள்ளான அலேஸ் என்னும் நகருக்குப் பஸ்தேர் சென்றடைந்தார். அந்த ஊர் செவேன் பகுதியின் மையத்தில் இருந்தது.

மூன்று வார காலமாக அந்த நகரத்திலும் அதன் சுற்றுப்பகுதி களிலும் தன்னந்தனியாக வருவதும் போவதுமாக இருந்தார். அவரது வளைந்த தோற்றம், எதுவும் தப்பிக்க இயலாத வெண்மையான கண்கள், எல்லா இடத்திலும் துழாவிப் பார்க்கும் நடவடிக்கை என அவர் அங்கு இருப்பது ஏன் என எல்லோருக்கும் புதிராக இருந்தது. பலரும் பல விதமாகப் பேசிக்கொண்டனர்.

"யார் இவர்?"

"உங்களுக்குத் தான் தெரியுமே. திரு. பஸ்தேர்!"

"கேள்விப்பட்டதே இல்லை".

"இருக்கட்டும். உனக்குத் தெரியாதா. நம்மைக் காப்பாற்ற பாரீஸிலிருந்து வந்திருக்கும் அறிவியலறிஞர்".

"மற்றவர்களைப் போல் இவரும் ஒன்றும் செய்யப் போவதில்லை".

"ஏற்கெனவே இவர் ஒயினைக் காப்பாற்றி இருப்பதாகத் தெரிகிறது".

"அப்படியா. இது கடவுள் காதுக்கு எட்டட்டும்".

பத்துக்கும் மேற்பட்ட பட்டுப்புழு வளர்ப்பவர்களையும், அவை வளர்க்கப்படும் உயரமான மரக்கூடுகளையும் பஸ்தேர் பார்வையிட்டார். அப்படிப் பார்வையிடும் ஒவ்வொரு முறையும் அவற்றின் வெண்மையான உடலில், மிளகு போல் தோற்றமளிக்கும் சிறிய கரும் புள்ளிகள் இருப்பதைக் கவனித்தார். இதிலிருந்துதான் "பெப்ரீன்" எனும் அந்த நோயின் பெயர் வந்தது. பிரான்ஸின் தென் பகுதியில் வழங்கப்படும் வட்டார மொழியில் மிளகுக்கு "பேபர்" எனப் பெயர்.

எங்கும் துயரம் குடிகொண்டிருப்பதை உணர்ந்தார். மூடிவிடத் தயாரான நிலையில் நிறுவனங்கள் இருந்தன. இங்குள்ள பெண்களோ தங்கள் வேலை போய்விடுமே என நடுங்கிக்கொண்டிருந்தனர். நம் பரிதாபத்துக்குரிய செவேன் பகுதி மக்களுக்கு வருமானம் கிடைக்க வேறு என்ன வழி இருக்கிறது?

எந்த ஒருவரின் அறியாமையைக் கண்டு ஃபாபர் ஆச்சரிய மடைந்தாரோ, அந்த மனிதர் இப்பொழுது உறுதியான ஆய்வு முடிவுகளோடு பாரீசுக்குத் திரும்பிச் செல்கிறார்.

பட்டாம்பூச்சியின் வாழ்வு, பட்டு உற்பத்தி என இவருக்கு எல்லாம் தெரியும்.

உரியவாறு சூல்கொண்டபின், ஒரு பெண் பட்டாம்பூச்சி ஐந்து கிராம் எடை கொண்ட முட்டைகளை இடுகிறது. இங்கு இவை "முட்டைகள்" என அழைக்கப்படுகின்றன. ஒவ்வொரு முட்டையில் இருந்தும் புழு ஒன்றும் வெளிப்படும். ஐந்து வார இடைவெளியில், இந்தப் புழு கிலோ கணக்கில் மல்பெரி இலைகளை விழுங்கிவிடும்.

இந்த அகோரப்பசிக்குக் காரணம் உண்டு. அந்தப் புழு தொடர்ந்து உருமாற்றம் பெற்றுக்கொண்டே இருக்கும். அதன் குறுகிய வாழ்க் கையில் ஒரே வேட்கைதான். சாப்பிடுவது, மேலும் சாப்பிட்டுக் கொண்டேயிருப்பது என்பதுதான் அது. இப்படிச் சாப்பிடுவதால் தான் அது கூட்டுப்புழுவாக மாறுகிறது.

அதன் வேட்கை இதனோடு நின்றுபோவதில்லை. கூட்டுப்புழு ஆனவுடன், பட்டாம்பூச்சியாக முழு வடிவம் பெறுவதற்கு முன்பாக கிரைசாலிட் என்னும் பருவத்தை அடையும். இந்த மாற்ற அவகாசத்துக்குப் பொறுமையும் பாதுகாப்பும் அவசியமாகும். தன் இருப்பிடத்தைத் தானே உருவாக்கிக்கொள்வது போன்றதொரு நடவடிக்கைக்கு இக்கட்டம் சமமாகும். இந்தப்புழு ஒருவகையான உமிழ் திரவத்தை சுரக்கத் தொடங்குகிறது. அதுதான் பட்டு. மிகவும் மென்மையான இருப்பிடத்தை உருவாக்கவேண்டுமெனில் இரண்டு கிலோமீட்டர் நீள நூல் தேவைப்படும்.

சில கூடுகளைப் பொறுத்தவரை, அதன் இயல்பிலேயே அப்படியே விட்டுவிடுவார்கள். நாள் பார்த்து மதிப்புமிகு நூல்களை உடைத்துக் கொண்டு பட்டாம்பூச்சி ஒன்று அதிலிருந்து வெளியேறும். அதாவது, இனப்பெருக்கச் சுற்று தொடர்ந்து செயல்பட வேண்டும்.

மற்ற கூடுகளைப் பொறுத்தவரை, அவை மேல் கிரைசாலிட் ஓடுகள் உறுதியாகுமாறு வெந்நீரில் அவற்றை முங்க வேண்டும். அதன்பின், நூல்கண்டாகச் சுற்றி வைக்க வேண்டியதுதான்.

எப்படியும் ஒவ்வொரு பெண் பட்டாம்பூச்சியும் இடும் ஐந்து கிராம் கொண்ட முட்டையும், ஐநூறு கிலோ பட்டு நூல் உருவாகக் கூடியவையாகும்.

ஒரே நிபந்தனை. இந்த அற்புதமான உற்பத்தியைச் சீர்குலைக்க எந்தவொரு நோயும் அண்டாமல் இருக்க வேண்டும்.

1866ஆம் ஆண்டு, பிப்ரவரி மாதம் 6ஆம் நாள், அலேஸ் நகருக்குப் பஸ்தேர் மீண்டும் புறப்பட்டார். இம்முறை, நோயின் மையப் பகுதியில் இருப்பதென்றும், அதனை முற்றிலுமாக அகற்றிவிட்டுத் தான் திரும்புவது என்றும் முடிவெடுத்தார். இரண்டு உதவியாளர்கள் அவரோடு சென்றனர். அவர்கள் ஃழேன் மய்யோ, தெசிரே ழெர்னேஸ் (இவர் திழோன் நகரப் பள்ளி ஆசிரியர், இவருக்குப் பதிலாகப் பணியாற்ற ஒருவர் கிடைத்திருந்தார்). இவர்களைத்தவிர, பீட்டர் லேக்கர்போயர் என்பவரும் உடன் சென்றார். இவர் ஓவியர், புகைப்பட வல்லுநர்.

நால்வரும் முதலில் விடுதியில் தங்கினர். பின்னர் பூ வியாபாரி ஒருவர் வீட்டில் தங்கினர். இறுதியில், அருகில் இருந்த போன் கிஸ்கே எனும் மேடான பகுதியில் தாராளமான இடம் ஒன்று கிடைத்தது. ஆரஞ்சுத் தோட்டத்தைப் பார்வையிட்ட பஸ்தேர், அங்கு ஓர் ஆய்வுக்கூடம் அமைக்கலாம் என்பதைத் தெரிந்து கொண்டார். அதன்மேல், பட்டுப்புழு வளர்க்க ஏதுவாக ஒரு சிறிய பட்டுப்புழு வளர்ப்பகம். அது ஆய்வு செய்ய உகந்ததொரு சொர்க்கமாகத் தோன்றியது. இப்பொழுது தன் குடும்பம் அருகில் இருந்து அரவணைக்க, தான் நினைத்தவாறு பஸ்தேர் அங்கு பணியில் ஈடு படலாம்.

விரைவிலேயே மரி, நெருக்கமான தோழியாக மட்டுமின்றி ஆதரவாளர், சக உதவியாளர், குறிப்பு எடுப்பவர், காரியதரிசி, பாதுகாவலர் என பஸ்தேரின் வாழ்வில் பலவகையில் முக்கிய பங்குவகிக்க வந்தார்.

அவர்களுடைய இளைய மகளான 'ஸிஸி' என்றழைக்கப்படும் மரி-லூயிஸ் வந்து சேர்ந்துகொண்டாள். மிகவும் இளம் வயதாக (8 வயது) இருந்தாலும், அவளும் பணிகளில் கலந்துகொண்டாள். பூச்சிகளின் அகோரப்பசி அவளுக்குப் பிரமிப்பை ஏற்படுத்தியது. விரைவில் தனக்கொரு நுண்ணோக்கியைக் கேட்டு வாங்கி, மணிக் கணக்கில் பார்வையிட்டு நோய்வாய்ப்பட்ட விதைகளைக் களைய உதவினாள்.

தன் போராட்டத்தில், பஸ்தேர் தன்னிடமுள்ள அத்தனை சக்தி களையும் இறக்கினார். தன்னால் இயன்றவரை ஒவ்வொருவரும் அவருக்கு உதவியாக இருந்தனர். அவர் செலுத்திய அதிகாரம் காரணமாக யாரும் துன்பப்பட்டதாகத் தெரியவில்லை என்றாலும் உணவு நேரங்களின்போது, சுகாதாரம் குறித்த தனது முன்னெச்சரிக்கை உணர்வு அவரை ஆட்கொண்டுவிடும். கண்ணாடிக் குவளைகள், தட்டுகள், மேல்மூடுகள் என எல்லாவற்றையும் துடைப்பார், மீண்டும் துடைப்பார், பின் கழுவச்சொல்வார். மீண்டும் கழுவச்சொல்வார். யாரும் அவரைக் கேலி செய்ய நினைக்கமாட்டார்கள்.

பஸ்தேர் மகிழ்ச்சியாக இருந்தார் என்றே கற்பனை செய்தாக வேண்டும். ஆய்வில் சந்தித்த இடர்கள், ஆய்வு முடிவில் கிடைத்த ஏமாற்றங்கள், தவறென அறிய நேர்ந்த அனுமானங்கள், மேலதி காரிகளின் அழுத்தங்கள், மக்கள் அனுபவித்த சோகம் என அத்தனைக்கும் அப்பால் அவர் மகிழ்ச்சியாக இருந்தார் என்றே நினைக்கவேண்டும்.

கேலி செய்து குதூகலிப்பவர்கள், கடுமையாகச் சாடுபவர்கள் எனப் பல்வேறு வகையிலான எதிரிகள் அவருக்கு இருந்தனர். வெளிநாட்டு விதைகளை இறக்குமதி செய்யும் தொழில்மூலம் பெரும் லாபம் ஈட்டும் இவர்கள் இந்த நோய் களையப்படுவதை வெறுப்பவர்கள். மூன்று நூற்றாண்டுகளாக, பரம்பரையாகப் பட்டுப்பூச்சி வளர்ப்பில் ஈடுபட்டு வரும் தங்களுக்கு, ஞானமற்ற பாரீஸ்காரர் (கூறியது கூறல்) ஒருவர் வந்து பாடம் கற்பிப்பதைக் கற்பனை செய்து பார்க்க இயலவில்லை. "விதிமுறைகளுக்கு எதிராகத் தவறான வழிமுறைகளைக் கூறிவரும் கும்பலையும் கணக்கில் எடுத்துக்கொள்ள வேண்டும். 'பெப்ரீன்' எனும் இந்த நோயைக் களைய குளோரின், கிருமி நாசினியான பிராந்தி அல்லது அப்சேந்த் எனும் விஷக்கரைசல் என அனைத்தையும் முயன்றாகிவிட்டது.

முழு நஷ்டமும் பூச்சி வளர்ப்பவர்களுக்குத்தான். ஏமாற்றுப் பேர்வழிகளுக்கு இல்லை.

தொடர் மரணம்

பஸ்தேரின் முதல் கண்டுபிடிப்புகள் அத்தனையும் வாழ்க்கைக்கு நல்ல செய்திகள். அதன் இயங்குமுறைகளை எவ்வளவு தெளிவாகப் புரிந்துகொள்கிறோமோ அந்த அளவு எதிரிகளிடமிருந்து வாழ்க்கையினைப் பாதுகாக்க இயலும்.

இவ்வாறு தன் சக்தி அபகரித்துக்கொள்ளப்படுவதைப் பார்த்துக் கொண்டிருக்க மரணம் சம்மதிக்காது. அதுவும் எதிர்வினையாற்றியாக வேண்டும்.

எனவே அது தாக்கியது. நெருக்கமானவர்கள் மீது குறிவைத்து தீவிரமாகத் தாக்கியது.

முதலில், பஸ்தேரின் அம்மா மூான் எத்தியெனேத் பாதிக்கப்பட்டார். ஓர் இரவு நேரத்தில் அவர் இறந்துபோனார்.

அவர் உயிரோடு இருந்தால் எப்படி இருந்திருப்பாரோ அப்படியே எவ்வித சப்தமும் இல்லாமல் இறந்துபோனார்.

பல நாட்கள் லூயி அழுதுகொண்டிருந்தார்.

சிறிது நாட்கள் கழிந்ததும், அவர் மிகவும் நேசித்த இரண்டு சகோதரிகளின் முறை வந்தது. ழோசஃபினை டியுபர்குளோஸிஸ் என்னும் எலும்புருக்கி நோய் கொண்டு சென்றது. அண்மையில் தான் தன் இருபத்தியைந்தாவது பிறந்தநாளை அவள் கொண்டாடியிருந்தாள்.

அவளைத் தொடர்ந்து சில மாதங்களுக்கு பிறகு, எமிலியும் கல்லறைக்குச் சென்றாள். அவளுக்கு இருபத்தியேழு வயது.

துயரம் அதோடு நிற்கவில்லை.

1859ஆம் ஆண்டு அர்புவாவில், அழகானக் கோடைகாலம் முடிவுக்கு வந்தது. செப்டம்பர் மாதம் 10ஆம் நாள், சில நாட்கள் உடல் நலமின்றி இருந்த அவருடைய மூத்த மகள் ழான் தன் இறுதி மூச்சினை விட்டாள். டைஃபாய்ட் நோய். அவளுக்கு ஒன்பது வயது.

அவளுடைய அம்மா மரி தன்னால் இயன்றவரை லூயிக்கு உதவி செய்தார்.

தாகம் அடங்காமல், மரணம் தொடர்ந்து வந்தது.

1865, பயங்கரமானதொரு ஆண்டாகும்.

ஜுன் மாதம். அலேஸ் நகரம்.

பஸ்தேருக்கு அவசர செய்தி ஒன்று வந்தது. "அப்பா, மிகவும் கவலைக்கிடம்".

அர்புவா பகுதியைச் சென்றடைய நீண்ட நேரப் பயணம் தேவைப்பட்டது. சவப்பெட்டி ஏற்கெனவே மூடப்பட்டுவிட்டது.

அன்று இரவு, வெறுமையான வீட்டில் இருந்தபடி அவர் இவ்வாறு எழுதுகிறார்:

"என் பிரியமான மரியே, என் நேசத்துக்குரிய பிள்ளைகளே. பரிதாபத்துக்குரிய தாத்தா இப்பொழுது இல்லை. இன்று காலை அவரது இறுதி இல்லத்தில் கொண்டு போய் சேர்த்துவிட்டு வந்தோம். நம் பரிதாபத்துக்குரிய இளம் ழானின் கால் அருகில் அவர் இருக்கிறார். என் துயரம் ஒருபுறம் இருந்தாலும் (நானே அங்கு போய் சேரும் அந்த நொடி வரை) அந்த இடத்தில் அவரை அடக்கம் செய்ய வேண்டும் என்ற விர்ழினியின் சரியான முடிவை எண்ணி மிகவும் திருப்தி அடைந்தேன். ஒரு நாள், நிச்சயமாக என் அருமைத் தாய், என் சகோதரிகள் ஆகியோருடன் நான் போய் சேர்ந்து கொள்வேன் என நம்புகிறேன்.

கடைசி நொடிவரை, அவரை எப்படியும் மீண்டும் பார்த்து விடுவேன் என்றும் கடைசியாக ஒரு முறை அணைத்து, இந்த அளவு நேசித்த பிள்ளையாகிய நான் அவரது கைகளைப் பிடித்து அழுத்தி

ஆறுதல் தெரிவிப்பேன் என்றும் நினைத்தேன். ஆனால், புகைவண்டி நிலையத்தைச் சென்றடைந்தபோது, என் மைத்துனர்கள் சலெனில் இருந்து கருப்பு உடையில் வந்திருந்ததைப் பார்த்தேன். இனி அவருடன் கல்லறைக்குத்தான் துணையாக நடந்துபோக முடியும் என்பதை அப்பொழுதுதான் புரிந்துகொண்டேன்".

"என் இனிய செசீல், அவர் இறந்திருப்பது நீ புது நன்மை வாங்கிய நாளாகும். என் பிரிய மகளே, இனி உன் உள்ளத்திலிருந்து இரண்டு நினைவுகள் வெளியேறப்போவதில்லை. இறந்த நாள் அன்று காலை, அவருக்கு வலி வந்து விழுந்தார். மீண்டும் எழாமல் மடிந்துபோனார். அதே காலைப்பொழுதில் என் உள்ளுணர்வுக்கு ஏதோ ஒன்று நடக்கவிருப்பது போல் தோன்றியது. அர்புவாவில் உள்ள தாத்தாவுக்காக ஆண்டவரிடம் பிரார்த்தனை செய்யும்படி உன்னிடம் கேட்டுக்கொண்டேன். கடவுளுக்கு உன் பிரார்த்தனை மிகவும் பிடித்திருக்க வேண்டும். யாருக்குத் தெரியும், தாத்தாவுக்கே அவை தெரிய வந்திருக்கலாம். செசிலீன் புனிதப் பிரார்த்தனை களைப் பரிதாபத்துக்குரிய நம் இளம் பூானுடன் கேட்டு மகிழ்ந் திருக்கலாம்".

"என் பரிதாபத்துக்குரிய தந்தை காட்டிய பாசத்தின் அத்தனை அடையாளங்களையும் நாள் முழுவதும் என் மனதில் அசை போட்ட படி இருந்தேன். முப்பது ஆண்டுகளாக என்னைப் பற்றித்தான் தொடர்ந்து அவர் கவலைப்பட்டு வந்துள்ளார். எல்லாவற்றுக்கும் நான் அவருக்குத் தான் கடன்பட்டிருக்கிறேன். அறிவு, குணம் ஆகிய வற்றில் தனித்துவத்தோடு விளங்கிய அவர் எதைக் குறித்தும் மதிப் பீடு செய்வதில் யாருக்கும் குறைந்தவர் இல்லை. தன் தொழிலுக்கும் மேலான தகுதியை அவர் பெற்றிருந்தார்.

அவரது கணிப்புத் தவறியதில்லை. தான் வகிக்கும் பதவியைப் பெருமையடையச்செய்வது மனிதன்தான். மாறாக, பதவி மனிதனை பெருமையடையச் செய்யாது என அவருக்குத் தெரிந்திருந்தது. என் இனிய மரி, உனக்கு அவரைத் தெரியாது. அதிகம் நேசித்த தன் இனிய குழந்தைகளுக்காக, அவரும் என் அம்மாவும் கடுமையாக உழைத்துக் கொண்டிருந்த காலம். குறிப்பாக, நான் படித்த பெஸான்சோன் கல்லூரிக் கட்டணம், விடுதிக்கட்டணம், புத்தகங் கள் என எனக்கு அதிக செலவு செய்யவேண்டியிருந்தது. கடுமை யான வேலைகளுக்கிடையில் அவருக்குக் கிடைக்கும் ஓய்வு நேரத் தில், என் ஏழைத் தந்தை நிறைய படித்துத் தன் அறிவைத் தொடர்ந்து வளமாக்கிக்கொள்வார். மற்ற நேரங்களில் ஓவியம் வரைவது அல்லது மரச்சிற்ப வேலையில் ஈடுபடுவது என எதையாவது செய்து கொண்டு இருக்கும் காட்சி இப்பொழுதும் என் கண்முன் தெரிகிறது.

அறிவுத் தேடல், படிப்பு ஆகியவைமீது அவருக்குப் பெரும் ஆர்வம் இருந்தது. அவர் இலக்கணப் பாடங்களைப் பயில்வதைப் பார்த்திருக்கிறேன். கையில் பேனாவுடன் அவற்றை ஒப்பிட்டு, குறிப்புகளை எழுதிக்கொண்டிருப்பார். தன் தொடக்க காலத்தில் வறுமையின் காரணமாக மறுக்கப்பட்டவற்றை அவரது ஐம்பதாவது வயதில் கற்பதற்காக அவர் அவ்வாறு செய்வார்".

"பரிதாபத்துக்குரிய என் தந்தையே! உனக்குச் சில சந்தோஷங் களைத் தர முடிந்தது என நினைக்கும்போது மிகவும் மகிழ்ச்சியாக இருக்கிறது".

"என் இனிய மரி, என் நேசத்துக்குரிய குழந்தைகளே விடை பெறுகிறேன். அர்புவா தாத்தாவைப் பற்றி நாங்கள் அடிக்கடிப் பேசிக்கொண்டிருப்போம். உங்களையெல்லாம் பார்த்து உங்கள் அனைவரையும் கட்டி அணைக்க வேண்டும் என விரும்புகிறேன். ஆனால், நான் அலேஸுக்குத் திரும்பியாக வேண்டும். சில நாட்கள் அங்கு போய்த் தங்காமல் போனால் என் படிப்பை முடிக்க ஓராண்டுக் காலம் தாமதமாகிவிடும்".

செப்டம்பர் மாதம்.

சில வாரங்களாக, இரண்டு வயதேயான அவர்களுடைய இளம் மகள் கமீலைத் தனியே விட்டு லூயியும் மரியும் எங்கும் போவ தில்லை. அவளுடைய சிறு கட்டிலினருகில் இரவும் பகலுமாக ஒருவர் மாற்றி ஒருவராக இருந்து கவனித்துக்கொண்டனர்.

கடைசியில் அவள் இறந்துபோனாள். காரணம், குடல் புற்று நோய்.

எட்டு மாதங்களுக்குப் பின், அலேஸ் நகரம். 1866ஆம் ஆண்டு மே மாதம் 23ஆம் நாள்.

பட்டுப்பூச்சிக்கு நேர்ந்த பிரச்சனைகள் மீது தன்னால் இயன்ற வரை பஸ்தேர் கவனம் செலுத்தினார்.

தன் இளம் மகள் செசீல் வசித்துவந்த ஷம்பேரியிலிருந்து அவருக்கு அழைப்பு வந்தது.

"சீக்கிரம் வாருங்கள். உங்கள் மகளின் உடல்நிலை மோசமாகிக் கொண்டிருக்கிறது".

தாமதமாகப்போய் சேர்ந்தார்.

டைஃபாய்ட் நோய்.

அவளது வயது பன்னிரண்டரை.

வாழ்வு.. இறப்பு.. வாழ்வு.. / எரிக் ஓர்சேனா   85

பட்டுப்புழு மீட்பு (தொடர்ச்சி)

பணிகளைக் காட்டிலும் இவ்வுலகில் வேறு என்ன இருக்கிறது? காலத்தைக் கடத்தாமல் தன் ஆரஞ்சுத் தோட்ட ஆய்வகத்துக்குப் பஸ்தேர் திரும்புகிறார்.

முதல் கண்டுபிடிப்பு.

இதுவரை நாம் நினைத்திருந்ததற்கு மாறாக, லார்வா, பட்டாம்பூச்சி ஆகியவற்றின் உடல்மீது தெரிந்த சிறு கரும்புள்ளி, நோயின் அறிகுறி அல்ல. மாறாக அதன் காரணி. இந்த உயிரியில் ஏராளமான உண்ணிகள் அல்லது சிறு காளான்கள் உள்ளன.

இரண்டாவது கண்டுபிடிப்பு.

இந்நோய் இரண்டு விதமாகப் பரவுகிறது.

தொற்றுமூலம். புழுக்கள் நோய்வாய்ப்பட்டு இது பரவுகிறது. கழிவுகளில் எண்ணற்ற உண்ணிகள் அடங்கியிருக்கும். மல்பெரி இலை ஒன்றில் அவை விழுந்துவிட்டால் போதும். அவற்றை உட்கொள்ளும் புழுவும் பாதிக்கப்படும். உண்ணிகள் குடலை ஆக்கிரமிக்கும், பின் ஒட்டுமொத்த உறுப்புக்களையும் குறிப்பாக இனப்பெருக்க உறுப்புக்களைக் கைப்பற்றும்.

மரபுவழியாக நோய்வாய்ப்பட்டப் புழுவிலிருந்து வளர்சிதை மாற்றமடைந்து உருவாகும் பெண் பட்டாம்பூச்சி இடும் முட்டையால் நோய்வாய்ப்பட்ட பட்டுப்புழுவைத்தான் உருவாக்க முடியும்.

மூன்றாவது கண்டுபிடிப்பு.

பட்டுப்புழுக்கள், பெப்ரீன் எனும் ஒரே நோயால் பாதிக்கப்படவில்லை. அவை ஃபிலாச்சரி என்னும் சவலை நோயாலும் பாதிக்கப்படுகின்றன. பெரும்பாலானப் பட்டுப்புழு வளர்க்கும் இடங்களில், நொதிக்கும்போது வெளிப்படும் அமில நாற்றத்தைப் போன்ற கடும் நெடி வீசும். தோதாக அமைந்துள்ள கடும் ஈரப்பதம்

மல்பெரி இலைகளை வேகமாக அழுகச் செய்து அவற்றில் ஒருவகையான நுண்ணுயிரி வளர சாதகமான சூழ்நிலை அமையும். பல்கிப் பெருகும் அவற்றை நுண்ணோக்கியில் சிரமமின்றிக் கண்டுபிடிக்கலாம். நோயால் பாதிக்கப்பட்ட இலைகளை உண்ணும் புழுக்களின் குடலில் முகாமிட்டு அவை சேதங்களை ஏற்படுத்தும்.

இந்தக்கண்டுபிடிப்புகளின் முடிவில் இயல்பாக எடுக்க வேண்டிய நடவடிக்கைக்கானத் திட்டம் உருவானது. நுண்ணுயிரியை முற்றிலுமாக ஒழித்தாக வேண்டும். அடுத்து சுகாதாரமான சூழலை உண்டாக்க வேண்டும்.

முதல் இலக்கு தெளிவானது. ஆரோக்கியமான முட்டைகளை மட்டும் பாதுகாக்க வேண்டும்.

இதைவிட எளிமையான வழி இருக்க முடியாது.

நூறு கூடுகள் பரிசோதனைக்கு எடுத்துக்கொள்ளப்பட்டன. வெப்பநிலையை அதிகரிப்பதன்மூலம், பட்டாம்பூச்சிகள் வெளியேறுவது துரிதமாக்கப்பட்டது. சுதந்திரமான காற்றுபட்ட அடுத்தகணம் ஆண் பெண் பட்டாம்பூச்சிகள் இனப்பெருக்கத்தில் ஈடுபட்டன. பெண் பட்டாம்பூச்சி ஒவ்வொன்றும், அதன் முட்டைகளுடன் சிறு பை ஒன்றில் மூடிவைக்கப்பட்டு நுண்ணோக்கியில் பரிசோதிக்கப்பட்டது. அதன் உடம்பில் சிறு புள்ளி தோன்றினாலும், அந்தப் பை மொத்தமாக எரிக்கப்பட்டது. ஆரோக்கியமான பெண் பட்டுப் புழுக்களின் முட்டைகள் மட்டும் பட்டுப்புழு வளர்ப்புக்காகப் பாதுகாக்கப்பட்டன.

மற்ற கூடுகளைப் பொறுத்தவரை, கூட்டுப்புழுக்களை வெந்நீரில் இட்டு, பின்னர் பட்டு பிரித்தெடுக்கப்படுகின்றன.

அடுத்ததாக, எவ்வித தொற்றும் ஏற்படாமல் இருப்பதற்கானச் சுகாதார நடவடிக்கைகளை அதிகமாக்க வேண்டும்.

*பட்டுப்புழு வளர்ப்புக்கூடங்களைத் தேவையான இடை வெளிவிட்டு அமையுமாறு பார்த்துக்கொள்ள வேண்டும்.

*சுவர்களுக்குச் சுண்ணாம்பு அடிக்க வேண்டும். தரைகளையும் புழுக்கூடைகளையும் ஓடும் நீரில் கழுவ வேண்டும்.

*மல்பெரி இலைகளைத் தொடர்ந்து புதுப்பித்துக்கொண்டே இருக்க வேண்டும்.

*பட்டுப்புழு வளர்க்கும் பண்ணைகளில் உள்ள ஈரப்பதத்தை விரட்டுவதற்காக நிரந்தரமான காற்றோட்ட வசதி இருக்க வேண்டும்.

விரைவிலேயே, அப்பகுதியில் பெரும்பணிகள் தொடங்கின. பட்டுப்புழுக்கூடங்கள் ஒன்றன்பின் ஒன்றாக இந்தப் பரிந்துரைகளைக் கடைபிடிக்கும் பொருட்டு மாற்றியமைக்கப்பட்டன.

மேலும், உள்ளூர் செய்தித்தாள்கள், நகரமன்ற அறிவிப்புப் பலகைகள் என எங்கும் நுண்ணோக்கி குறித்த அறிவிப்புகளைக் காண முடிந்தது. பயன்படுத்த எளிதாகவும் குறைந்த விலையிலும் கிடைக்கக்கூடியக் குறிப்பிட்ட நுண்ணோக்கியின் சிறப்பியல்புகள் குறித்த பெருமைகளை அவை பறைசாற்றின.

கார் நகராட்சி
பட்டுப்புழு

பட்டுப்புழு வளர்ப்பில் தேர்ச்சி பெற்றவர்களுக்கென
வைக்கப்பட்டுள்ள நுண்ணோக்கிகள்

அறிவிப்பு

ஆரோக்கியமான பட்டுப்புழு வளர்ப்பினைச் சாத்தியமாக்கும் நோக்கத்துடன் உருவாக்கப்பட்ட நுண்ணோக்கிகள் இப்பொழுது கீழ்க்கண்ட அட்டவணையில் கண்டுள்ளவாறு பார்வைக்கு வைக்கப் பட்டுள்ளன என்பதைக் கார் நகரின் நகரமன்றத் தலைவர், தன் நிர்வாகத்திற்கு உட்பட்ட அலுவலர்களுக்குத் தெரிவித்துக்கொள் கிறார்:

யார் வேண்டுமானாலும், தன் இருப்பிடம் எதுவாக இருந்தாலும், ஒருமுறை வந்து பார்வையிட்டுச் செல்லலாம்.

நுண்ணோக்கியினை ஒருமுறை பார்வையிடல் என்பது பத்து பட்டாம்பூச்சிகளைத் தனித்தனியாகவும், தொடர்ந்தும் நோக்குவதாகும்.

நுண்ணோக்கி பொறுப்பாளரிடம் ஒவ்வொரு முறையும் 2 பிராங்குகள் கட்டணம் செலுத்த வேண்டும்.

அதே கட்டணத்தைச் செலுத்தி மீண்டும் பார்வையிடலாம்.

நுண்ணோக்கி பொறுப்பாளர், தேதிவாரியாகத் தன்னிடம் பார்வையிட வருபவர்களின் விண்ணப்பங்களை பதிவேடு ஒன்றில் குறித்துவைப்பார்.

ஒவ்வொரு பதிவுக்கும், பார்வையிட்டதன் முடிவினைத் தனியாக ஒரு வரிசையில் குறித்துவைப்பார்.

நுண்ணோக்கிக்கு யார் பொறுப்போ அவர் மட்டுமே அதனைப் பயன்படுத்த முடியும்.

நீம், 28, மே 1868.   பொஃபின்தோன். கார் பகுதியின்
                        நகரமன்றத் தலைவர்.

நுண்ணோக்கிக் கோரும் நகராட்சி	நுண்ணோக்கி அளிக்கப் பட்டுள்ளவரின் பெயர், தொழில்.	நுண்ணோக்கிக் கோரும் நகராட்சி	நுண்ணோக்கி அளிக்கப்பட்டுள்ளவரின் பெயர், தொழில்.
நீம் பகுதிகள்		யூஸேஸ் பகுதிகள்	
பேல்கார்த்	திருவாளர்கள் பொதேன், அருட்சகோதரர் அல்பெர்த்தோன்;	பஞ்ஞோல்	திருவாளர்கள்
		லுஸ்ஸான்	செகேன்
		போன் சேந்தெஸ்ப்ரீ	அருட்சகோதரர் தெர்த்துய்லியேன்
மோன்ஃபிரேன்	தெலாப்ர், அருட்சகோதரர் சிதோனுயிஸ்;	சோவ்தேர்	லர்மாந்த்,ஆசிரியர்;
நீம்		சேன் ஷாப்த்	ஆன்ழ்ல்,
	எக்கோல் நொர்மால் ஆசிரியர்கள்	சேந்திலேர்	அருட்சகோதரர் சொசிபாத்தேர்
சேன் மமேர் சொம்மீயேர்	சாவி, ஆசிரியர்;	தொஸிலான்	பிரெஸோன்,
	துய்மா, அருட்சகோதரர் ஃபிர்மேன்	யூஸேஸ்	ஆசிரியர்;
		வீல்நேவ்	கிரா, ஆசிரியர்;
			ரூ, மேயர்
			பெலேகிரேன்,
			ஆசிரியர்;
			கய்யார், அருட்சகோதரர்
			சேம்பிலீத்

அலேஸ் பகுதிகள்		விகான் பகுதிகள்	
அலேஸ் ஆந்துயீஸ் ழெனெயோலாக் லே சால் துய் கர்தோன் லெதிஞ்ஞான் சேந்தாம்புருவா சேன் ழான் துய் கார் சேன் ழான் தெ மருவேழோல் சேன் போல் லாகோஸ்த் வெஸேனோப்ர்	ஆசிரியர்கள் <u>திருவாளர்கள்</u>. மரிஷியால், போல்ழ் துய்சோ ரொனேல் வெர்திரிலான் வெதேல் கய்யார் வலேஸ்	ஒமெசாஸ் லசால் கிசாக் சேந்தாந்திரே சேந்திப்போலீத் சோவ் சுமேன் வலேரோக் லெ விகான்	ஆசிரியர்கள் <u>திருவாளர்கள்</u> ஃபுலோரிஸ், கொக்கானாஸ் அர்னோ மூர்க் சுபேரான் குலோதேம் சேன் வியாதேரின் அருட்சகோதரர் பலியேஸ் ஆசிரியர் மெழானேல்

பட்டுப்புழுக்களின் பரிசோதனைகள்
அறிவியல் ஆய்வுகள் ஆகியவற்றுக்கான
சிறப்பு நுண்ணோக்கித் தயாரிப்புகள்
கண்ணாடி நிபுணர் ரஃபாயேல் 7, கேன்பியர் தெரு,
மர்சேய். பட்டுப்புழு வளர்ப்பில் ஈடுபட்டுள்ள அனைவருக்கும்
பெரும் சேவை செய்துவரும் அவரது நுண்ணோக்கிகளை
எங்கள் வாசகர்களுக்குப் பரிந்துரை செய்கிறோம்.

மிகுந்த கவனத்துடன் நுணுக்கமான முறையில் உருவாக்கப்பட்டுள்ள இக்கருவி, நடைமுறையில் மிகவும் எளிமையானது. அதனைப் பயன்படுத்துவதில் குறைவான அனுபவம் பெற்றவர்கள்கூடப் பெரும் பயனடைவார்கள். நுண்ணோக்கிக் கண்ணாடியை நம் விருப்பத்திற்கேற்பத் திருப்புவதன்மூலம் அதன் பெரிதாக்கும் தன்மை 650 மடங்கிலிருந்து 1500 மடங்கு வரை மாற்றியமைக்கக்கூடியது.

பலன்கள் விரைவிலேயே கிடைக்கத் தொடங்கின. பஸ்தேரின் வழிமுறைகளைப் பின்பற்றியப் பட்டுப்புழு வளர்ப்புப் பண்ணைகள் அனைத்திலும் இரண்டு நோய்களும் மறைந்துபோயின. பாரிஸ் அறிவியலறிஞரான பஸ்தேரின் எதிரிகள் தங்கள் ஆயுதங்களைக் கீழே தாழ்த்தும்படி நிர்ப்பந்திக்கப்பட்டனர். அவரது புகழ் ஓரளவு எங்கும் பரவியது. நாட்டின் உயர் பதவியில் இருந்த 3ஆம் நெப்போலியன் அவர்களிடமிருந்தே மிக உயர்ந்த பெருமை அவரைத் தேடிவந்தது. பஸ்தேர் செனாத்தராக, அதாவது நாடாளுமன்ற உறுப்பினராக நியமிக்கப்பட்டார்.

துரதிர்ஷ்டவசமாக, நாம் 1870ஆம் ஆண்டு ஜுலை மாதத்தில் உள்ளோம். போர் நெருங்குகிறது. சீர்குலையும் பேரரசின் வீழ்ச்சியும் உறுதியாகிறது. நம் மாபெரும் மனிதர் உயர் சபையில் ஒருநாளும் அமரமுடியாமல் போகிறது.

★
★ ★

பஸ்தேர், மனித இனத்துக்கு மிகவும் பயனுள்ள வேறுபல வெற்றிகளையும் பெற்றுத் தந்துள்ளார். எனினும், அந்தப் பட்டுப் புழுக் கூடுகள், கூட்டுப்புழுக்கள் ஆகியவை எளிதில் வீணாகக் கூடியவை. இத்தகைய நிலையைத்தான் மீண்டும் மீண்டும் நினைத் துப் பார்க்கிறேன்.

ஒருவேளை, இந்த ஆய்வாளரின் முனைப்பு இல்லாமல் போயிருந்தால், அத்தனைப் பட்டுப்புழுக்கள், ஆண் பெண் பட்டாம்பூச்சிகள், அனைத்தும் ஏதோ ஒரு நோயால் பாதிக்கப்பட்டோ, இரண்டு நோய்களின் பிடியில் ஆட்பட்டோ ஒன்றன்பின் ஒன்றாக மடிந்து போயிருக்கும்.

அப்படியானால், பூமியிலிருந்தே ஒட்டுமொத்தமாகப் பட்டு காணாமல் போயிருக்கக்கூடிய சாத்தியம் உள்ளது.

பட்டின் ஸ்பரிசம் குறித்த நினைவுகள் காலத்தை வென்று நிற்கும் எனச் சிலர் நம்பிக்கையோடு கூறினாலும் (நான் அப்படித்தான் நினைக்கிறேன்) உடம்பின்மீது படரும் அதன் மென்மையையும் அது தரும் குளிர்ச்சியையும் பெண்கள் கொஞ்சம் கொஞ்சமாக மறந்து போயிருப்பார்கள்.

மீண்டும் தாக்கும் மரணம்

தன் பணியின் முனைப்பில் அனைத்து வகையிலும் பஸ்தேர் தீவிரம் காட்டி, அந்த நோயினைப் பின்வாங்கச் செய்த அதே நேரத்தில், மரணமும் அவருக்கு நெருக்கமானவர்களை வீழ்த்தி முடித்தபின் அவரைத் தாக்குவதென்று முடிவெடுத்தது.

1868ஆம் ஆண்டு அக்டோபர் மாதம் 19ஆம் நாள், திங்கள் கிழமை. அறிவியல் கழகத்தில் விவாதநாள். அன்று, பெப்ரீன் நோயினை விழ்த்தி வெற்றிகொண்ட பிரஞ்சு அறிவியலறிஞர்களைப் பாராட்டுபவரான இளம் இத்தாலிய அறிவியலாளரின் பணிகள் குறித்து விவாதிக்கத் திட்டமிடப்பட்டிருந்தது. அன்று காலை யிலிருந்தே தன் இடது கையில் வினோதமான அரிப்பு ஏற்பட்டிருப் பதைப் பஸ்தேர் உணர்ந்திருந்தார். இருப்பினும், தன் செயல்முறை யினை விளக்கி வாதிட வும் உலகளவில் அது பெற்றுள்ள வரவேற் பின் விரிவினைக் காட்டவும் புதிதாகக் கிடைத்துள்ள மேலும் ஒரு வாய்ப்பினைத் தவறவிடும் பேச்சுக்கே இடமில்லை.

கவலையடைந்த மரி அவருடன் சென்றார். விவாதத்தில் நேர்த்தி யான முறையில் பஸ்தேர் பங்கு கொண்டார். அப்போது எவ்வித அசௌகரியமும் அவருக்கு இருந்ததாகத் தெரியவில்லை. யுல்ம் வீதிவரை நடந்தே வீடு திரும்பினார். இரவு உணவு முடிந்து படுக் கையில் போய் உறங்க ஆரம்பித்த அடுத்தநொடி, மீண்டும் பிரச்சனை எழுந்தது. அவரது கை மரத்துப்போயிருந்தது. வார்த்தைகள் வர மறுத்தன. எப்படியோ கூப்பிட்டார்.

விடியற்காலையிலேயே மருத்துவர்கள் ஒருவர்பின் ஒருவராக வந்து போயினர். உடல் பரிசோதனையில் சந்தேகத்துக்கிடமின்றி இது ஒரு பக்கவாதம் எனத் தெரிந்துபோனது. இன்று இதனை மூளை நரம்பியல் பக்கவாதம் என்று சொல்லிவிடலாம். மூளையின் ஏதோ ஒரு பகுதியில் இரத்த நாளம் ஒன்று அடைத்துள்ளது அல்லது அறுந்து போயுள்ளது.

வல்லுநர் ஒருவர், அட்டைப் பூச்சிகளைப் பரிந்துரை செய்தார். அது உடனடியாக நிறைவேற்றப்பட்டது. பஸ்தேருடைய காது களின் பின்பகுதியில் பதினாறு அட்டைகள் விடப்பட்டன. பிசுபிசுப் பான இந்தச் சிறிய பூச்சிகள் இரத்தத்தை உறிஞ்சுவதோடு நின்று விடுவதில்லை. அவற்றின் எச்சிலில் இரத்தத்தை உறையவிடாத சக்திவாய்ந்த திரவம் இருந்தது. அவற்றுள் குறிப்பிட்ட அட்டை ஒன்று தன் பற்களால் கவ்வியது. ஆனால், அவற்றால் கிடைத்த நிவாரணம் நீடிக்கவில்லை.

குடியேறியிருந்த இடத்தில் இருந்தபடியே தன் பணியின் தொடக் கத்தை மரணம் ரசித்தபடி இருந்தது. எப்படி அதனால் திருப்தி யடையாமல் இருக்க முடியும்? நேற்றுவரை கூட அவ்வளவு உறுதி யாக இருந்த பஸ்தேர், மாபெரும் பஸ்தேர், இன்றோ ஒரு பக்கம் துடித்துக்கொண்டும், ஒரு பக்கம் பக்கவாதத்துடனும், பெரும் பாலும் குளிரில் நடுங்கியபடியும் நோய்வாய்பட்டுக் கிடக்கும் மனிதராகிவிட்டார்.

ஆம். போய்வருகிறேன் என மரணம் தனக்குள் சொல்லிக் கொண்டது. இவரைச் சீக்கிரமாகத் தாக்கிய வகையில் நியாயமாகத் தான் நான் செயல்படுகிறேன். 45 வயதில் இருக்கும் இவர் என்னை நீண்ட காலம் பாதிக்கக் கூடும். எனவே, இது போன்ற முறையில் இவரை வாட்டியதும் சரிதான். இவரைத் திடீரெனக் கொன்றிருந்தால் இவரது பெருமையைக் கூட்டத்தான் அச்செயல் உதவியிருக்கும். மாறாக, இவரை முடக்கித் துவளச் செய்து, கொஞ்சம் கொஞ்சமாக எதற்கும் உதவாத உயிருள்ள சடலமாக மாற்றும்போது அதிகபட்சம் அவருக்குப் பரிதாபம் கிடைக்கும். பிறகு அவரை யாரும் கண்டுகொள்ளாமல் மறந்தே போவார்கள்.

எனவே, தன் சீற்றமிகு நடவடிக்கைகளால் திருப்தியடைந்த மரணம், பஸ்தேரின் ஏட்டை மூடிவைத்துவிட்டு, வாழ்க்கையை நேசிக்கும் மற்ற நண்பர்களிடம் போரிடச் சென்றுவிட்டது எனக் கற்பனை செய்யலாம்.

இந்தக் காலகட்டத்தில், பஸ்தேர் குடியிருந்த யுல்ம் தெருவில், எக்கோல் நொர்மாலின் ஜன்னல்முன் பணியாளர்கள் வருவதும்

போவதுமாக இருந்தனர். ஒருவர் சிமெண்ட் மூட்டை கொண்டுவந்தார். வேறு ஒருவர் தள்ளுவண்டி கொண்டு வந்தார். நிர்வாகத்தின் ஆணையின்படி, அவர்கள் வேலை செய்வதை நிறுத்தியிருந்தார்கள். அவரிடம் போக்குக் காட்டினார்கள். இன்னும் சிறிது காலத்திலேயே இறக்கப்போகிற ஒருவருக்காக பரிசோதனைக்கூடத்தை ஏன் கட்டித் தர வேண்டும்?

நம் அதிருஷ்டம், மரணம் தன் சக்தி முழுவதையும் பயன்படுத்த வில்லை. மூய்ரா பகுதியைச் சேர்ந்த பஸ்தேரின் முக்கியமான அங்கங்கள் எங்குள்ளன என்பது மரணத்துக்குத் தோன்றாமல் போனது. குறிப்பாக, அவரது மூளைப் பகுதியில் சென்று தாக்குதல் நடத் தாமல் விட்டது. அதன் எதிரியின் அறிவு ஸ்திரமாக இருந்தது.

உடல்நிலை சரியாகிய சிறிது நாட்களிலேயே, மீண்டும் தன் பணியில் ஈடுபடத் தொடங்கினார் பஸ்தேர்.

அவரை வீழ்த்த நினைத்து முடக்கிய அதே சக்தி, அவரைத் தாங்கிப் பிடிக்க ஆரம்பித்தது.

மோசமான அந்த வாரத்தின்போது, தன்னைப் பார்க்க வந்த பார்வையாளர்களிடம், “நான் இறந்துபோக வருந்துகிறேன். என் நாட்டுக்கு மேலும் பல சேவைகள் செய்ய விரும்புகிறேன்” எனச் சொல்லிக்கொண்டே இருந்தார்.

உடல் நலம் தேறிவரும் முதல் அறிகுறி தெரிய ஆரம்பித்ததுமே, மேலும் பல திட்டங்கள் அவர்முன் வந்து குவிந்தன.

“இன்னும் நான் செய்ய வேண்டியவை நிறைய இருக்கின்றன. இன்னும் எவ்வளவோ கண்டுபிடித்தாக வேண்டியுள்ளது”.

நவம்பர் இறுதி. எழுந்து தனது சாய்வு இருக்கையில் ஒருமணி நேரம் உட்கார்ந்து இருக்க முடிந்தது.

உடல் மெல்ல இயல்பு நிலைக்குத் திரும்பத் தொடங்கியது. அவர் படுக்கையருகில் வந்து சில நூல்களை மாறி மாறி வாசித்துக் காட்டியபடி இருந்தனர். அந்த நேரத்தில் அவருக்கு மிகவும் தேவையாயிருந்த அவை யாவும் வாழ்க்கை வரலாறுகள். அந்த உதாரணங்கள் அவருக்குப் பக்கபலமாக நின்றன.

“நிலைத்து நிற்கக்கூடிய ஒளியாக விளங்கச் செய்தது அவர்களது வாழ்க்கைப் பாதையாகும். அவர்கள் ஆற்றிய சின்னஞ்சிறு உரை கள், செய்கைகள் ஆகியவை அவர்களது மாபெரும் ஆத்மாவின்

தூண்டுகோல்களை அறிந்துகொள்ள உதவும். இத்தகையவர்களின் வாழ்க்கையிலிருந்து, எதிர்காலக் கல்விக்கென அனைத்தையும் பயபக்தியோடு பெற்றுக்கொள்வோம்".

பேரரசர் கோபமாகத் தலையிட்டபின், பரிசோதனைக்கூடம் கட்டும் பணி மீண்டும் தொடங்கியது. கட்டடம் எழும்புவதை பஸ்தேர் பார்த்தார். அவரும் கொஞ்சம் கொஞ்சமாக எழுந்து உட்கார்ந்தார்.

அவருக்கு உதவியாகப் பணியாற்றியவர்கள், நடைபெற்று வந்த ஆய்வுகளின் முன்னேற்றம் குறித்து நாள்தோறும் விளக்கிவிட்டுச் சென்றனர்.

1869ஆம் ஆண்டு ஜனவரி மாதம் இரண்டாம் வாரத்துக்கு பிறகு அவரால் எழுந்திருக்க இயலவில்லை. லியோன் புகைவண்டி நிலையத்துக்குத் தூக்கிச் செல்லப்பட்டார். அலேஸ் நோக்கிப் பயணம். பிறகு, 30 கிலோமீட்டர் தூரத்தில், சேந்திப்போலீத் துய்ஃபோர் எனும் இடத்தில் ஒரு குளிர்ச்சியான வீடு. பல்வேறு அசௌகரியங்கள் இருந்த போதிலும், பட்டுப்புழுக்களின் நோய்க்கு எதிரான தன் போரின் இறுதிக் கட்டத்தை அங்கிருந்தபடியே நுணுக்கமாக அவரால் கவனிக்க முடிந்தது.

இவ்வாறு தாக்குப்பிடிக்கும் பஸ்தேரின் முனைப்பைக் கண்டு மரணமும் ஸ்தம்பித்துப்போனது. இன்னும் சிறிது காலத்துக்கு இவரை அமைதியாக விடலாம் என முடிவு செய்தது. மேலும் நம் மரண தேவதைக்கு, இதைவிட விரிவான பெரியதொரு திட்டத்தைக் கவனிக்க வேண்டியிருந்தது. பிரான்ஸுக்கும் புருஷியாவுக்கும் இடையில் ஒரு போர் உருவாகிக்கொண்டிருந்தது. கொண்டாட மரணத்துக்கு இதைவிட நல்ல சந்தர்ப்பம் வேறு என்ன வாய்க்க முடியும்?

தேசப்பற்று

முன்பு ஒரு காலத்தில் முதலாம் நெப்போலியன்...

இத்தகைய பழமையான சாகச வரலாற்றின் பண்பாட்டில் வளர்ந்த லூயிக்குத் தன் நாட்டைப் பிரம்மாண்டத்தோடு மட்டுமே பொருத்திப் பார்க்க முடிந்தது.

அவரது தேச பக்திக்கு அடுத்த காரணம் நிச்சயமாக அவரது கல்வி. கொஞ்சம் கொஞ்சமாக நம்பிக்கை குறைந்தபோதிலும், பிரான்ஸ் "கிருத்துவத்தின் மூத்தமகள்" என்று தொடர்ந்து அழைக்கப்பட்டு வருகிறது. தெக்கார்த்தின் காலத்திலிருந்து பகுத்தறிவின் தலைமை யிடமாகவும் பின்னர், சிந்தனைகளின் தாயாகவும் தன்னை நிலை நிறுத்திக் கொள்ள அது விரும்புகிறது.

அறிவை விரும்புவது, பிரான்ஸை விரும்புவதாகும். சிறந்த மாணவனாக இருந்து பின்னர் ஆய்வாளரானபின் இராணுவ வீரரின் அளவுக்கு நாட்டின் முன்னேற்றத்துக்கு பஸ்தேர் தன் பங்கினை அளித்தார்.

1870ஆம் ஆண்டின் போர், இவரது தேசப்பற்றுக்குத் தேவையான உரம் சேர்க்க மேலும் வாய்ப்பளித்தது.

போர்முனைக்குச் செல்லும் வயதினைக் கடந்திருந்தாலும், ஆயுதங்களை இன்னமும் கையில் எடுக்கலாமே.

1871ஆம் ஆண்டு ஜனவரி மாதம் ஜெர்மனியின் வீரர்கள் பாரீஸை முற்றுகையிட்டுக் குண்டுகளைப் பொழிந்தனர். 8ஆம் தேதி இரவி லிருந்து 9ஆம் தேதி காலைவரையிலான நேரத்தின் போது, உயிரி யல் வரலாற்றியல் தேசிய அருங்காட்சியகத்தின்மீது குண்டு ஒன்று விழுந்து கட்டடத்தை அழித்தது. பிரஞ்சு அறிவியல் உலகின் கோபம் எழுந்தது.

மூன்று ஆண்டுகளுக்குமுன் ஜெர்மனியின் போன் பல்கலைக் கழகப் பதிவாளரால் வழங்கப்பட்ட கௌரவ முனைவர்பட்டத் தைப் பஸ்தேர் திருப்பி அனுப்பிக் கீழ்க்காணும் வரிகளை எழுதினார்:

"உங்கள் ஆணையினை ஏற்று உறுப்பினர்கள் எடுத்த முடிவின் கீழ் கையொப்பம் இட்டுள்ள அத்தனை புகழ்பெற்ற பேராசிரியர்கள் மீதும் உங்கள்மீதும் வைத்துள்ள மரியாதையை மீண்டும் உறுதி செய்யும் அதே நேரம், ஒருவரின் குற்றம் தோய்ந்த பெருமையைத் திருப்தி செய்வதற்காக இரண்டு பெரிய மனிதர்கள் (புரூஷ்யாவின் அரசர் வில்லியம்ஸைக் குறிக்கும்) அழிவில் முனைப்புக்காட்டும் காட்டுமிராண்டித்தனம், கபடம் ஆகியவை மீது ஒரு பிரஞ்சு அறிவி யலாளர் கொண்டுள்ள வெறுப்பைக் காட்டும் விதமாக, என் பெயரினை உங்கள் பல்கலைக்கழக ஆவணங்களிலிருந்து அடித்து விட்டு என் பட்டத்தினையும் திரும்பப் பெற்றுக்கொள்ளுமாறு கோரிக்கை விடுக்கச் சொல்லும் என் மனசாட்சியின் குரலுக்கு மதிப்பளிக்கிறேன்".

இந்தச் சீற்றத்தோடு பிள்ளையைக் காணாத தந்தையின் பரிதவிப்பும் சேர்ந்துகொண்டது. அவருடைய மகன் ழான் பத்தீஸ்த் தளபதி புர்பாக் கியின் படையில் சேர்ந்திருந்தார். அவரிடமிருந்து தகவல் எதுவும் வரவில்லை. பேல்ஃபோர்டைச் சுற்றிலும் கடும்போர் எனப் பேசிக் கொண்டார்கள். அர்புவாவில் உள்ள வீட்டில் தஞ்சம் புகுந்த பஸ்தேர், மகனைத் தேடிச் செல்வது என முடிவு செய்தார். குதிரை கள் பூட்டிய வண்டியில் ஏறிய குடும்பம், பனிப்பொழிவால் மூடிய பாதைகளைக் கடந்து போந்தார்லியே வந்தடைந்தது. வழியில் தென்பட்ட இராணுவ வீரர் ஒவ்வொருவரிடமும் தாயும் தந்தையும் பஸ்தேர் எனும் குடும்பப் பெயரில் யாராவது ஒரு வீரரை வழியில் பார்த்தீர்களா என விசாரித்துக்கொண்டு வந்தனர். அருகிலுள்ள கிரா மமான ஷஃபுவா பக்கம் ஒரு இளம் வீரர் அந்தப் பெயரில் இருப்பது போல் தெரிகிறது என ஒருவர் சொன்னார். குதிரைவண்டி மீண்டும் புறப்பட்டது. வழியில், மிகவும் மோசமான நிலையில்

சில இராணுவ வீரர்களை அழைத்துக்கொண்டு ஒரு வண்டி முன்னே சென்றது. அதில் ஒருவர் எழுந்து நின்றார். அவர்தான் ழூான் பத்தீஸ்த். அவரை அழைத்துக்கொண்டு பஸ்தேர், குடும்பத்தோடு ஜெனீவா போய்ச் சேர்ந்தார்.

பஸ்தேர் நீண்ட நாட்கள் பீர் தயாரிப்பவர்களுடன் பணியாற்றி யுள்ளார். தாங்கள் அண்மையில் உருவாக்கிய பானத்துக்கு ஏதாவது ஒரு பெயரைத் தெரிவு செய்யுமாறு அவரிடம் கேட்டபோது, எவ்வித தயக்கமுமின்றி ரிவஞ் பீர் (பழிக்குப்பழி பீர்) எனப் பெயரிட்டார்.

தன் மாணவர்களில் ஒருவருக்கு எழுதிய கடிதம் ஒன்றில், "என் இறுதிநாள் வரை நான் மேற்கொள்ளும் எல்லாப் படைப்புகளின் மீதும், புருஷ்யாமீது வெறுப்பு, பழிக்குப்பழி, பழிக்குப்பழி என்ற வாசகமே இருக்கும்".

எவ்வாறு பிரான்ஸ் அவ்வளவு சீக்கிரமாக வலுவிழந்துபோனது?

பஸ்தேரிடம் ஒரு பதில் இருந்தது.

"சிந்தனையில் உதித்த பெரும் படைப்புகள் மீது, குறிப்பாக உண்மையான அறிவியல் மீது நம் நாடு கொண்டுள்ள அலட்சியம்".

நோய்த் தொற்றுகள்

எந்தவொரு நொதிப்பும் காளான் அல்லது நுண்ணுயிரி என ஏதோ ஒரு குறிப்பிட்ட சிறிய காரணியால்தான் சாத்தியமாகிறது என்னும் கருத்தை அப்பொழுதுதான் பஸ்தேர் நிறுவியிருந்தார்.

எவ்வாறு பட்டுப்புழுக்களைக் காப்பாற்றலாம் என்பதையும் அவர் விளக்கியிருந்தார். பாதிப்புக்குள்ளான விதைகளைத் தியாகம் செய்வதன் மூலமாகவும் வளர்ப்புமுறையில் சுத்தத்தைத் துல்லிய மான முறையில் கடைபிடிப்பதன் மூலமாகவும் இது சாத்தியம் என்பதை விளக்கியிருந்தார்.

அதிக எண்ணிக்கையிலான நோய்களுக்கு இதே விதி பொருந்தும் என அவர் உறுதியாக நம்பினார். மேலும், அந்த நோய்களுக்கு வெற்றுக் கண்ணுக்குத் தெரியாத அளவு சின்னஞ்சிறிய ஆனால், நுண்ணோக்கிக்குத் தப்ப முடியாததொரு உயிரிதான் தொடக்கக் காரணியாக இருக்க வேண்டும்.

இரண்டு விளைவுகளை இத்தீர்மானம் தெளிவாக்கியது.

*இக்காரணிகள் ஒரு மனிதனிடமிருந்து இன்னொரு மனித னுக்கோ, ஒரு விலங்கிடமிருந்து வேறு ஒரு விலங்கிற்கோ செல்லும் போது நோயினைக் கடத்தி வந்த இடத்தில் அதனைக் குடியேறச் செய்துவிடுகிறது.

*இத்தொற்று வராமல் தடுக்க ஒரேவழி சுகாதாரம்தான்.

பெரும்பாலான விஷயங்களில் காணப்படுவதைப்போல், இவற்றைக் கண்டுபிடித்ததில், பஸ்தேர் முதலாவது நபர் அல்லர். இவருக்கு முன்பாக, வேறு சிலரும் தொற்றுக் காப்பு (உயிரமைப்புக்கு தொற்றுக்காரணிகள் வந்திருப்பதை பல்வேறு வழிகளில் அறிவித்தல்) தொற்று எதிர்ப்பு (தொற்றுக்காரணிகளை எதிர்த்தல்) ஆகியவற்றைப் பற்றி அக்கறை கொண்டுள்ளனர்.

கிரிமே போரின்போது (1854 - 1855), ஆங்கிலேயச் செவிலியரான ஃபுளோரன்ஸ் நைட்டிங்கேல், அப்பகுதியில் உள்ள இடங்கள், துணி மணிகள், போர்வைகள் ஆகியவற்றைச் சுத்தப்படுத்தியதன் மூலமாகக் காயமடைந்தவர்களின் இறப்பு எண்ணிக்கையை வெகுவாகக் குறைத்திருந்தார்.

வியன்னாவில், பிரேதப் பரிசோதனையில் ஈடுபடும் மருத்துவர்களைப் பிரசவம் பார்க்கச் செல்லும்முன் கைகளை நன்கு கழுவ வேண்டும் என மருத்துவர் பிலீப் இஞ்ஞாஸ் செம்மேல்வெய்ஸ் கேட்டுக்கொண்டார். தங்கள் அறுவை சிகிச்சை உபகரணங்களானக் கத்தி, முள்வாங்கி ஆகியவற்றையும் கழுவ முடிந்திருந்தால், அவர்களுடைய நோயாளிகள் உயிர் பிழைக்கும் வாய்ப்புகள் அதிகரித்திருக்க வாய்ப்புண்டு.

பாரீஸில், துருசோ, வீல்மீன் ஆகியோரும் தங்கள் துறைகளில் சுத்தம் இருந்தாக வேண்டும் என்பதற்கும், நோய்த்தொற்று ஏற்படாமல் தவிர்க்க நோயாளிகளைத் தனியே வைத்திருக்க வேண்டும் என்பதற்கும் பெரும் முயற்சி எடுத்தார்கள்.

கிலாஸ்கோவில், அதிக எண்ணிக்கையில் மரணம் ஏற்படுத்த காரணமான இரத்த ஓட்டத்தடை, அறுவை சிகிச்சையின்போதே ஆரம்பித்துவிடுகிறது என அறுவைசிகிச்சை நிபுணர் ஜோசப் லிஸ்டர் உறுதியாக நம்பினார். இதன் காரணமாகத்தான், சில தீவிரமான முறைகளை அறிமுகம் செய்தார். தன் அறுவை சிகிச்சைக்குப் பயன்படும் அத்தனைப் பொருட்களையும், பெருமளவிலான கிருமி நாசினி எந்திரங்கள், உலர்வெளுப்பகங்கள், குறிப்பாகப் பினாயில் ஆகியவை மூலமாகக் கிருமிகளை அகற்றிச் சுத்தப்படுத்தினார்.

இத்தகைய கிருமிகள் ஒரு நோயாளியிடமிருந்து மற்றொரு நோயாளிக்குத் தொற்றுவதாக இந்த முன்னோடிகள் கருதினர். ஆனால், எந்தெந்த கிருமிகள், எந்த வகையில் பரவுகின்றன என்பது அவர்களுக்குத் தெரியவில்லை. அவர்களுக்கு எதிரானவர்களிடம் வைப்பதற்கென இருந்த ஒரே தற்காப்பு வாதம், புள்ளி விபரம் மட்டும்தான். அதாவது, உங்கள் வீட்டைக் காட்டிலும் எங்கள் வீட்டில் இறப்பின் எண்ணிக்கை குறைவு.

பெரும்பாலான மருத்துவர்கள் இப்படியே கேலி பேசுவதும், வெறுப்பை வெளிப்படுத்துவதுமாகத் தொடர்ந்து கொன்றபடி இருந்தனர்.

19ஆம் நூற்றாண்டின் முற்பகுதியில் நோய்வாய்ப்பட்டிருப்பது நல்லதல்ல. மருத்துவமனையிலிருந்து உயிருடன் வெளியே வருவது என்பதற்கு வாய்ப்பு இல்லை, அல்லது ஏறக்குறைய இல்லை. மருத்துவ வரலாற்றில், எப்படியும் அறுவை சிகிச்சையைப் பொறுத்த மட்டில், அது நிச்சயமாக மிகவும் மோசமானதொரு காலகட்டம். பழம்பெரும் முறைகள் எல்லாம் கைவிடப்பட்டன. பழுக்கக் காய்ச்சிய கத்தியால் திசுக்களை அப்புறப்படுத்தும் முறை முடிவுக்கு வந்தது. கொதிக்கும் நீரில் துணிகளையும் உபகரணங்களையும் முக்கி எடுப்பதெல்லாம் மறந்தாகிவிட்டது! ஆனால், ஒரு காலத்தில் பிரசித்தி பெற்ற இந்த நடைமுறைகளுக்கு மாற்றாக எதுவும் அமையவில்லை.

முடிவுகள் தொடர்ந்து வந்துகொண்டிருந்தன.

கருப்பை அகற்றும்போது 80 விழுக்காடு மரணம். எலும்பைத் துளையிட்டுச் செய்யும் அறுவை சிகிச்சைகளின்போது 95 விழுக்காடு இதைத் தவிர, இரத்தத்தில் ஏற்படும் கடும் தொற்று, அழுகல் நோய் ஆகியவைற்றையும் கணக்கில் எடுத்துக்கொள்ள வேண்டும்.

உண்மையில், நுண்ணோக்கியில் காணக்கூடிய கிருமிகள் எங்கும் பரவி நோய்களைப் புகுத்திவிடுகின்றன எனும் கருத்தை ஏற்றுக் கொள்ள மருத்துவர்கள் மறுத்தனர். உயர்ந்த நிலையில் இருந்தபடி, எல்லாம் விதிப்படிதான் அமையும் எனும் தீர்க்கமான, ஆழமான தோற்றத்துடன் விதியைக் காரணம் காட்டவே அவர்கள் பெரிதும் விரும்பினர். கூறப்படும் காரணங்களைவிட அவர்கள் சுட்டுவ தெல்லாம் மேலும், அகண்ட உயர்ந்த காரணங்கள் மட்டுமல்ல குறிப்பாகப் புரிந்துகொள்ள மிகவும் சிக்கலானவை. இதுவரை யாரும் புதிர்களை அவிழ்க்கவில்லை. மேலும், அதே நிலை நீடிப்பது வசதியாக இருந்தது. தோள்களின்மீது கைவைத்துப் "பல்லைக்கடித்துக் கொள்ளுங்கள். தைரியமாக இருங்கள். கவலைப்பட வேண்டாம், பார்க்கலாம்!" என்று கூறுவார்கள். இன்னமும், மருத்துவர்கள் தேவ ஊழியர்களாகவும், பாதிரியார்களாகவும் நடந்துகொள்ளவே விரும்பு கின்றனர்.

எனினும், குறிப்பாக அவர்கள் அடிமனதில், மருத்துவத்துறை மற்ற துறைகளோடு சேர்ந்து, பாதை ஒன்றை வகுக்க வேண்டும் என்பதை ஏற்றுக்கொள்வதில்லை. மருத்துவத்துறை (அதை என்ன

வென்று நீங்கள் நினைத்துக்கொண்டிருக்கிறீர்கள்?) தனியாக இயங்க அதனிடம் போதிய வலிமையுள்ளது.

இதன் காரணமாகத்தான் மருத்துவர் அல்லாத பஸ்தேரை, மருத்துவ வேதியலாளராகக் கருதினர்.

எனினும், இம்மருத்துவத்துறையில் பிற்காலத்தில் புரட்சியை உண்டாக்கியவர்கள் பஸ்தேரும் இவருடைய ஜெர்மன் போட்டியாளரான கோக் ஆகியோரும் தான்.

அதுவரை ஊகங்களாக மட்டுமே இருந்த அமைப்புக்களில், மறுக்க முடியாத தர்க்க ரீதியான விளக்கங்கள் மூலம் இப்புரட்சியினை அவர்கள் நிகழ்த்தினர்.

விலங்குகளிலிருந்து ஆய்வு தொடங்கியது.

கொடும் நோய் ஒன்று மந்தைகளை அழித்தது. ஆடுகள், பசுக்கள், குதிரைகள் என எல்லாம் மடிந்தன. ஆங்கிலத்தில் இந்நோயை *ஆந்திராக்ஸ்* என அழைப்பது வழக்கம். கால்நடை திடீரெனத் தள்ளாடும். ரத்தம் கக்கும், மூச்சு வாங்கும், பிறகு கீழே விழுந்து செத்துப்போகும்.

மீண்டும் ஒருமுறை, உதவி வேண்டி, பஸ்தேரை வேளாண் அமைச்சர் அழைத்தார்.

“சரி. ஆனால் நான் தற்சமயம் பீர் பற்றிய ஆய்வில் முழுவீச்சில் ஈடுபட்டுள்ளேன்”.

“பிரான்சுக்கும் இந்நாட்டின் கால்நடை வளர்ப்புக்கும் உங்கள் உதவி தேவைப்படுகிறது”.

“அப்படி என்றால்....”.

இந்த அதிகாரப்பூர்வமான பணியே பஸ்தேரை முடுக்கிவிடப் போதுமானது. எனினும், தேசப்பற்று அவருக்குக் கூடுதலானதொரு சக்தியை (அவருக்குத் தேவைப்படுமானால்) ஊட்டியது.

காசிமீர் ழொசேஃப் தவேன் என்னும் பிரஞ்சுக்காரர் ஒருவர், நோய்வாய்ப்பட்ட கால்நடைகளின் கருப்பு ரத்தத்தில், சிறு குச்சிகளின் வடிவில் மிகச் சிறிய பூச்சிகள் இருப்பதை நுண்ணோக்கியின் வழியாகக் கண்டுபிடித்திருந்தார்.

ஆனால், இந்த ஆய்வில் மேலும் சில வளர்ச்சியைக் கண்டவர் ஒரு ஜெர்மானியர் என்பது கொடுமையானது.

போட்டி ஒன்று தொடங்கியது.

தன்னிச்சையான உற்பத்திப் பிரச்சனை ஏற்பட்டதிலிருந்து இப்படியான தனித்த போட்டிகளை எந்த அளவு பஸ்தேர் விரும்பி வந்தார் என்பது தெரிந்ததுதான்.

இம்முறை, ருவானின் பரிதாபத்துக்குரிய புஷேவைப் போல் இல்லாமல், போட்டியாளர் கோக் வேறு பரிமாணத்தைக் கொண்டவர்.

முதலாவதாக, அவர் இருபது வயது குறைந்தவர். இத்தகைய அனுகூலம் எப்பொழுதுமே வெறுக்கத்தக்கது. அடுத்ததாக, பஸ்தேர் மிகவும் சிறந்து விளங்கும் துறையான பரிசோதனைத்துறைகளில், அவர் குறிப்பிடத்தக்க பங்காற்றியுள்ளார். நுண்ணோக்கிகளின் தரத்தில் முன்னேற்றம், நுண்ணோக்கிப் படங்களில் ஏற்றம், கிருமிகளைக் களைவதில் புது வழிமுறைகள், குறிப்பாகப் புது இடங்களில் கிருமி பரிசோதனை எனப் பல வகையில் அவரது பங்களிப்பு இருந்தது.

கிராமத்தில் சாதாரண மருத்துவராகப் பணியாற்றிய ராபர்ட் கோக், ஒரு சமையலறையை ஆய்வுக்கூடமாகவும், ஒரே உதவியாளராகத் தன் மனைவி எம்மியையும் வைத்துக்கொண்டு கால் நடைகளின்மீது இந்நோயைப் பரப்பிச் செல்லக் காரணமான கிருமியை இனங்காண்பதில் வெற்றி கண்டார். அது சிறு குச்சி போன்ற வடிவில் உள்ள ஒரு கிருமி. தன் ஆய்வைத் தொடர்ந்த அவர், அதற்கெனத் தோதான இடம் ஒன்றில் வைத்து இந்தக் கிருமி களைப் பராமரித்தார்.

சிறிது நேரத்துக்குமுன் இறந்த முயல் ஒன்றை எடுத்துக் கொள்ளுங்கள். அதன் விழிகளில் ஒன்றைப் பிடுங்குங்கள். கண்ணின் உட்பகுதியிலிருந்து திரவம் ஒன்று வழியும். அதில், ஆந்திராக்ஸ் தாக்கிய இரத்தத்தின் ஒரு சொட்டினை விடுங்கள். அத்திரவத்தில் அது சென்று கலந்துவிடும். கொஞ்சம் நேரம் காத்திருங்கள். இந்தப் புது கலவையிலிருந்து ஒரு சொட்டினை எடுங்கள். அதனை வேறு ஒரு புதிய திரவத்தில் விடுங்கள். இப்படி எட்டுமுறை தொடர்ந்து செய்து பாருங்கள். கடைசியாக இப்படி எடுத்த கலவையிலிருந்து ஒரு சொட்டினை எடுத்து ஆரோக்கியமாக உள்ள ஆடு ஒன்றின் உடம்பிற்குள் ஏற்றுங்கள். ஆடு இறந்துபோகும். கோக் நிம்மதி யடைந்தார். முதலில் எடுத்த இரத்தச் சொட்டில் இருந்த கிருமிதான் கொல்லும் காரணி என்பதை நிறுவிவிட்டதாக அவர் நினைத்தார்.

தன் துறையில் சவால்விடப்பட்டதைக் கண்டு சீற்றமடைந்த பஸ்தேர், தன் பங்கிற்கு ஆந்திராக்ஸ் நோயை எதிர்த்துப் பணியில் இறங்கினார். அவரைப் பொறுத்தவரை, கோக் சில அனு

மானங்களைத்தான் அடைந்துள்ளார். போதுமான அளவு ஆய்வினை விரிவாக்கவில்லை என நினைத்தார். தொற்றுக்குச் சாத்தியமாக இருக்கக்கூடிய வேறு காரணங்களை அவர் பிரித்துப் பார்க்கவில்லை. ஒரு சொட்டு இரத்தத்தில் ஏராளமான உயிர்கள் இருக்கும். ஆந்திராக்ஸ் கிருமி வளர்வதற்கு மிகவும் வசதியான இடமான சிறு நீரினைப் பஸ்தேர் தேர்ந்தெடுத்தார். அரை லிட்டர் சிறுநீரில் பாதிக் கப்பட்ட இரத்தச் சொட்டு ஒன்றை விட்டார். இதே சோதனையை நாற்பது முறை செய்தார். அதன்பின்தான் இந்தத் திரவத்திலிருந்து ஒரு சொட்டினை எடுத்து ஆட்டின் உடலில் செலுத்தினார். இப் பொழுது பிரச்சனை தெளிவாகிறது என்றார் பஸ்தேர். நோய்க்கு இக்கிருமிதான் காரணம் என்பதற்கான உறுதியான அத்தாட்சியை இதன்மூலம் பெற்றுவிட்டேன். முதல் சொட்டில் மீதம் ஒன்றும் இல்லை. அந்த அளவு அது தன்னை நீர்க்கச்செய்துவிட்டது. ஒவ் வொரு முறை கலப்பின்போதும், அக்கிருமி மட்டும் அதே துடிப் புடன் வளர்ந்து பெருகிவிடுகிறது.

தன் ஆய்வுகளை நீடித்த பஸ்தேர், முட்செடிகள் வளரும் நிலங் களில், உதாரணமாகச் சப்பாத்திக்கள்ளி போன்ற செடிகள் வளரும் இடங்களில்தான் விலங்குகளுக்குத் தொற்று ஏற்படுகின்றன என்று விளக்கினார். அங்கு மேயும் கால்நடைகள், தங்கள் வாய்களைப் புண்ணாக்கிக்கொள்கின்றன. அதன்மூலம்தான் நோய் உண்டாகிறது. ஊசி குத்துதல் மரணத்திற்காகத் திறக்கப்படும் ஒரு கதவு என்பார் அறுவைசிகிச்சை நிபுணர் வேல்போ. நோய்வாய்பட்டு இறந்த விலங்குகளின் உடல்களைக் குழி தோண்டி மண்ணுக்குள் புதைத்து வந்தனர். எவ்வாறு கிருமிகள் நிலத்தின் மேற்பரப்புக்கு வர முடிந்தது? மண்புழு காரணமாக இருக்கலாம் எனும் அனுமானத் தைப் பஸ்தேர் எழுப்பினார்.

இப்பொழுது ஒரு சிகிச்சையைக் கண்டுபிடித்தாக வேண்டும்.

கோக்குடனான போட்டியின் ஆரம்பம்தான் இது.

★
★ ★

வெகு நாட்கள் கழித்து 1884ஆம் ஆண்டு, கோப்பெனாக் கருத் தரங்கில் பஸ்தேர் தன் எண்ணத்தைத் தெளிவாக எடுத்துரைத்தார்.

“பெரியோர்களே, அறிவியலுக்கெனத் தாய்நாடு இல்லாமல் இருக்கலாம். தன் நாட்டின் பெருமை சேர்க்கக்கூடிய அனைத்தையும் செய்ய வேண்டிய அக்கறை அறிவியலறிஞருக்கு இருந்தாக வேண்டும். எந்தவொரு அறிஞரிடமும், ஒரு பெரும் தேசபக்தன்

ஒளிந்திருப்பதை நீங்கள் எப்பொழுதும் காணலாம். தன் நாட்டுக்குக் கூடுதல் பெருமை சேர்க்க வேண்டும் எனும் எண்ணம் அவரது நெடிய உழைப்புக்குத் துணை நிற்கும். தான் சார்ந்திருக்கும் நாட்டின் நிலையைக் காக்க அல்லது உயர்த்த வேண்டும் எனும் வேட்கை, அவரைக் கடினமான ஆனால் புகழ்மிகு அறிவுசார் பணிகளில் ஈடுபடச் செய்ய உதவும். இதன்மூலம், உண்மையான, நெடுநாள் நீடிக்கக்கூடிய கண்டுபிடிப்புகள் கிடைக்கும். அனைத்துத் திசைகளிலிருந்து நடக்கும் இது போன்ற பணிகளின்மூலம் மனித இனம் பயன்பெறும். பல்வேறு நாடுகளின் புகழ்மிகு சிறப்புகளையும் ஒப்பிட்டுத் தேர்ந்தெடுத்துப் பெருமையோடு தனக்கானதை மனித இனம் எடுத்துக்கொள்ளும்.

ஒவ்வொரு கோடையின்போதும் அர்புவா தான்

தன்னிடம் எதிர்பார்க்கப்படும் பரிசினை அர்புவாப் பகுதி ஒவ்வொருவருக்கும் வழங்கிவிடும்.

லூயியைப் பொறுத்தவரை, தன் சிறுவயது முதல் அர்புவா என்பது அறுபடாத பந்தம். புலப்படாத ஒன்றைக் கண்டறியும் சாகசப் பயணத்தில் ஒவ்வொரு நாளும் புதிர்களைச் சுமந்து ஈடுபட்டுவரும் ஒருவரின் தெரிந்த இடம் மட்டுமின்றி தொடர்வதற்கான இடமும் இதுதான்.

மரியைப் பொறுத்தவரை, நங்கூரம் பாய்ச்சியது போல் ஒரு வழியாக வந்து சேர்ந்த இடமிது. ஆசிரியராக இருந்து, அகாதமியின் ஆய்வாளராகி பின்னர்ப் பதிவாளராகவும் இருந்த ஒருவரின் மகளாகப் பிறந்தவர் என்பதால் முடிவற்றதோர் இடமாறுதல்களைக் கொண்ட குடும்பத்தின் இயக்கத்துடன் கலந்துவிட்டவர். இருபத்து இரண்டு ஆண்டுகளில் பன்னிரண்டு நகரங்கள். கிலேர்மான்-ஃபெரான், ரியோம், கெரே, ஆங்குலேம், சேந்த், சான்ஸ், அமியேன், ஒர்லெயான், மீண்டும் ஆங்குலேம், துவாய், துலூஸ், கவோர், அதற்குச் சிறிது காலத்துக்குமுன் ஸ்டிரஸ்பூர். குறைந்தது மயக்கம் வந்துவிடும். மேலும், ஒவ்வொரு இடத்திலும் அப்பொழுதுதான் துளிர்த்திருந்த நட்பு ஏற்கெனவே துண்டித்துப்போயிருக்கும். சம்பிரதாயமான முறையில் நிகழும் அந்தக் கோடை சந்திப்புகளின்போதுதான், மீண்டும் எல்லோரையும் பார்த்து உறவாடக்கூடிய வாய்ப்பு கிடைக்கும். அதுபோன்ற நேரத்தில், மனதுக்கு அத்தனைப் பெரிய சந்தோஷம் அவருக்கு கிடைத்தது.

கலகலப்பாகப் பழகாதவர் என்னும் கூற்று குறித்து

நம் கையிலேயே நுண் கிருமிகள் அதிகமாக இருக்குமென்றால், நம் வாயைப் பற்றிச் சொல்லவே வேண்டாம்.

அணைத்து முத்தமிடல் என்பது தன் சொந்தப் பிள்ளையாக, அதாவது, குழந்தையாக இருக்கும் தன் இனிய மகளாக இருந்தாலும், வெறுமனே கன்னத்தின்மீது மட்டும், அதுவும் தன்னை அறியாமல் செய்யும் செய்கைதான். நாக்குகளின் விளையாட்டோடு, வாய்மீது வாய் வைத்து உதடுகளால் முத்தமிடுவது என்பது தற்கொலைதான்.

பஸ்தேரின் கடுமை குறித்து விமர்சனம் செய்யப்படுவதுண்டு.

நோய்களின் மூலம் குறித்தும் அவை பரவும் முறை குறித்தும் புரிந்துகொள்ள இவ்வளவு சக்தியைச் செலவழித்த இம்மனிதர், பாசத்தை வெளிக்காட்ட வலிந்து சென்று இத்தகைய நடவடிக்கைகளில் தன்னையும் தன் ஆய்வுகளையும் அழித்துக்கொள்ள விரும்புவாரா?

தன் வாழ்நாள் முழுக்க அமைச்சராக அல்லது மேயராக இருந்த பிரஞ்சு அதிபரான ழாக் ஷிராக், வேறு எந்த அரசியல் தலை வரைக்காட்டிலும் கைகளைக் குலுக்கவும் மாடுகளின் பின்புறத்தைத் தடவிக்கொடுக்கவும் விரும்புபவர்.

ஆனால், தொடுதலில் உள்ள விருப்பத்தோடு தற்காப்பான முன்னேற்பாடுகளையும் கடைபிடிக்க வேண்டும். மக்கள் வெள்ளத்தில் ஒவ்வொருமுறை நனைந்துவிட்டு வந்தாலும் நீண்ட நேரத்துக் குத் தன் உள்ளங்கைகள், விரல்கள், குறிப்பாக இண்டு இடுக்குகள்,

தோல் சுருக்கங்கள் என எல்லாவற்றையும் கிருமி நீக்கம் செய்யுமாறு ஷிராக் பார்த்துக்கொள்வார் என்ற தகவலை அவருடைய பாதுகாப் புப் படையின் முன்னாள் இயக்குநர் ஒருவர் வழியாக நான் அறிந்திருக்கிறேன்.

எப்பொழுதும் ஒருவரைத் தொட்டுத்தான் நம் நட்பை நிரூபிக்க அல்லது உறுதிசெய்துகொள்ள வேண்டுமா?

குனிந்து தம் அன்பை வெளிப்படுத்தும் முறையையே சிலர் விரும்புகின்றனர்.

தொண்ணூறு விழுக்காடு நோய்கள்

சாதாரணமான கைகொடுக்கும் பழக்கத்தில்கூட நமக்குப் பெரும் ஆபத்து காத்திருக்கிறது என்பது இப்பொழுது நமக்குப் புரிகிறது.

அதன் தூய்மையை உறுதி செய்யாமல் ஒரு குவளைத் தண்ணீர் குடிப்பதும் ஒரு வகையில் தற்கொலைக்கு நிகரானதுதான் என்பதைப் பஸ்தேர் இனி விளக்கப்போகிறார்.

"வாருங்கள், உங்கள் கண்ணை என் நுண்ணோக்கியின் மீது வைத்துப் பாருங்கள். நீங்கள் குடிக்க இருக்கும் இந்தச் சாறில் தன் வேலையில் மூழ்கியிருக்கும் கிருமிக் குவியலைப் பாருங்கள்" எனப் பஸ்தேர் அழைத்தார்.

"எனவே, நம் நோய்களில் 90 விழுக்காட்டை நாம் பருகுகிறோம்" என்று முடிவாகச் சொன்னார்.

இவ்வாறாகத் தண்ணீர் ஆய்வாளர்கள் அனைவருக்குமான ஞானத் தந்தை எனப் பஸ்தேரைக் கருதமுடியும். தண்ணீரின் ஆரம்பம், "இயற்கையாக" இருந்தாலும், அதனை இருபத்திநான்கு மணிநேரமும் பயன்படுத்தக் காத்திருக்கும் மக்களுக்கு அளிப்பதற்குமுன் எவ்வளவு வடிகட்டல்கள், சக்திவாய்ந்த நிரந்தர சுத்திகரிப்புமுறைகள் ஆகிய வற்றை அது கடந்தாக வேண்டும் என்பதைத் தெரிந்துகொள்ள வேண்டும்.

அது வெற்றி பெற நீண்ட காலமாகும். முடிவு பெறாத பெரிய தொரு போராகும்.

உலகச் சுகாதார இயக்கத்தின் கணக்குப்படி, ஏறக்குறைய ஒரு பில்லியன் மக்கள் இன்னமும் குடிநீர் கிடைக்காமல் பரிதவிக்கின்றனர். இரண்டரை பில்லியன் மக்களுக்கும் அதிகமானவர்களுக்குக் கழிவறை வசதி இல்லை. ஆண்டுதோறும் எல்லா உயிருக்கும் மூலாதாரமான தண்ணீரின் காரணமாக மூன்றரை மில்லியன் மக்கள் மரணம் அடைகின்றனர். இது மொத்த மரண எண்ணிக்கையில் ஆறு விழுக்காடாகும். இவை அனைத்தும் தவிர்க்கப்படக்கூடியவையே.

தடுப்பூசி போடுதல்

இக்கதை இப்பொழுது பழங்கதையாகிவிட்டது.

இதனை விளக்க ஒற்றைச் சொல் போதும். நானும் சில நண்பர்களும் எவ்வளவு வாதாடிப் பார்த்தபோதும் பிரஞ்சு அகாதமியில் சேர்க்க முடியாத அச்சொல் அப்படிச் சேர்க்காமல் இருக்க, ஆங்கிலச் சொல்லான "செரன்டிபிட்டி"க்கு அது மிக நெருக்கமாக இருப்பதாகக் காரணம் சொல்லப்பட்டது. நாம் தேடிய பொருளுடன் வேறொரு பொருள் கிடைப்பது எனும் பொருளுடைய சொல்.

வேறு விதமாகச் சொன்னால், பஸ்தேர் அவர்களே குறிப்பிடுவது போல், "ஆயத்தமாக இருக்கும் உள்ளங்களைக் கண்டே அதிர்ஷ்டம் புன்னகைக்கும்".

பஸ்தேரின் குழு, ஆந்திராக்ஸ் கிருமியைப் பற்றி மட்டுமே கவனம் செலுத்தவில்லை. கோழிகளை முடக்கிப் பின், அவற்றைக் கொன்று குவித்த "பறவைக்காலரா"வுக்கும் முற்றுப்புள்ளி வைக்குமாறு அவரிடம் கோரிக்கை வைக்கப்பட்டது.

*1879*ஆம் ஆண்டு செப்டம்பர் மாதம் அர்புவாவுக்குத் திரும்பி வந்தார். யுல்ம் தெருவில் உள்ள அவரது பாரீஸ் பரிசோதனைக்கூடத்தின் ஒரு மூலையில் இந்த நோய் ஏற்படுவதற்குக் காரணமான நுண்ணுயிர்களை ஏற்ற சூழலில் இனப்பெருக்கம் செய்யப்பட்டு இனம் காணும் பணி மேற்கொண்டிருப்பது தெரிந்தது. இரண்டு

மாதக் கோடையின்போது யாரும் இதைக் குறித்து அக்கறை கொள்ள வில்லை.

இக்கலவையில் இருந்து சில சொட்டுக்களை எடுத்த பஸ்தேர், கோழிகளின் உடலில் அவற்றைச் செலுத்தினார். அவை சிறிது நோய்வாய்ப்பட்டன. ஆனால், எதுவும் சாகவில்லை.

ஒரு மாதத்துக்குப்பின், இதே கோழிகள் அந்தக் கிருமிகளிட மிருந்து "புதிய" திரவம் ஒன்றைப் பெற்றன. ஒவ்வொரு நாளும் அவற்றின் நிலைமையை எதிர்ப்பார்ப்புடன் கவனித்துக்கொண்டி ருந்தனர். இரண்டு வார முடிவில், நல்ல செய்தி உறுதிசெய்யப் பட்டது. எந்தவொரு கோழியும் சாகவில்லை.

தன் உதவியாளர்களான ஷம்பெர்லான், ரூ ஆகியோரிடம் பஸ்தேர் உற்சாகமாக, "இந்தக் கோழிகளுக்குத் தடுப்பூசி போடப்பட்டுள்ளன என்பது உங்களுக்குத் தெரியவில்லையா" எனக் கேட்டார்.

அந்த நொடியே, ஜென்னரின் பரிசோதனைக்கும் தன்னுடைய ஆய்வுக்கும் இடையே உள்ள ஒற்றுமையைத் தெரிந்துகொண்டார். சக்தியிழந்த இந்தக் கிருமிகளுக்கு இப்படித்தான் "தடுப்பூசி" என அவர் பெயர் சூட்டினார்.

★
★ ★

ஏதாவது ஒரு கண்டுபிடிப்பை நீங்கள் அறிவிக்கும் போதெல் லாம் வழக்கமாக நடைபெறுவது போல், கள்ளமனம் படைத்த கூட்டத்தினர் வரலாற்று அறிஞர்களாக மாறி நீங்கள் பெருமை கொள் வது கேலிக்குரியது எனப் புரியவைக்க முயல்வார்கள். "ஐயா, பரிதாபத்துக்குரியவரே, நீங்கள் எதுவும் புதிதாகக் கண்டுபிடிக்க வில்லை! ஏற்கெனவே பண்டைய காலத்திலோ அல்லது உலகின் அடுத்த கோடியில் உள்ள சீனத்திலோ மிகவும் பிரபலமான செயல் முறைகளை அப்படியே பின்பற்றுவதில்தான் நீங்கள் திருப்தி யடைந்துள்ளீர்கள்" என்று கூறுவார்கள்.

இப்படித்தான் எட்வார்ட் ஜென்னர் (1749 - 1823) கூறினார்.

மனிதனை அம்மையிலிருந்து காக்க தடுப்பு மருந்தென மாடு களைத் தாக்கும் வேறு ஒரு நோய்க் கிருமிகளை அவனது உடலுக்குள் செலுத்தும் வழியை (தடுப்பூசி அல்லது மாட்டு அம்மை தடுப்புஊசி) கண்டுபிடித்துவிட்டதாகச் சொல்லிக்கொள்கிறீர்கள் அல்லவா?

பரிதாபத்திற்குரிய என் நண்பரே, ஆறாம் மித்ராதாத் (132 - 63 கி.மு.) எனும்பெயருடைய அரசரின் கதையை மறந்து விட்டீர்களா?

தனக்கு ஏராளமான எதிரிகள் இருப்பதை அறிந்திருந்த அறிவுக் கூர்மையுடைய அரசர் சிறு அளவிலான விஷத்தை நாள்தோறும் உட்கொள்ளும் பழக்கத்தைக் கொண்டிருந்தார். தற்கொலை செய்து கொள்ளலாம் என அவர் விரும்பியபோது, தான் வைத்த பொறி யிலேயே சிக்கிக்கொண்டார். அவர் உட்கொண்ட விஷம் எந்த விளைவினையும் அவரது உடலில் ஏற்படுத்தவில்லை. கடைசி யில், தன் படைவீரர்களில் ஒருவர் மூலம் கழுத்தினைத் துண்டித்துக் கொள்ளும்படி ஆகிவிட்டது.

துருக்கியில் 1715ஆம் ஆண்டு வாக்கில் இங்கிலாந்துத் தூதரின் மனைவி மேரி மோந்தாகு அம்மையாரின் அற்புதமான வீரமிகு கதையைக் கேட்டதில்லையா? அவரது முகம் திட்டுத்திட்டாகக் குழிவிழுந்திருக்கும். அந்த அளவு அவரை அம்மைநோய் கடுமை யாகத் தாக்கியது. வயதான கிரேக்க பெண்கள் சிலர் தங்கள் பிள்ளை களுக்கு அம்மையின் சீழைக் காயவைத்துப் புகட்டும் வழக்கத்தைக் கடைப்பிடித்து வந்தனர். அந்த வழக்கத்தின்மீது நம்பிக்கை வைத்துத் தன் மகனுக்கும் மகளுக்கும் அம்மையார் அதைச் செய்து பார்த்தார். இவ்வாறு பாதுகாக்கப்பட்ட பிள்ளைகளை இறுதிவரை அம்மை தாக்கவே இல்லை.

மருத்துவர் ஜென்னர் அவர்களே, நீங்கள் எதிர்க்கிறீர்களா? அம்மைக்கு எதிரான முந்தைய தற்காப்புமுறைகளைவிட உங்கள் செயல்முறையில் ஆபத்து குறைவு என வாதிடப்போகிறீர்களா?

நிச்சயமாக.

நீங்கள் கண்டுபிடித்த சிகிச்சைமுறையைப் பற்றிய பிரம்மாண் டமான பிரச்சாரம் காரணமாகச் சாவு எண்ணிக்கை குறைந்திருப்பது உங்கள் வாதத்துக்கு வலு சேர்க்கிறது.

இருக்கட்டும்.

மருத்துவர் ஜென்னர் அவர்களே, திரு. பஸ்தேர் அவர்களே, கொஞ்சம் அடக்கமாக இருங்கள். நீங்கள் எதுவும் புதிதாகக் கண்டு பிடித்துவிடவில்லை!

இயற்கையே அதற்கான சிறந்த மருத்துவர். அத்தாட்சி வேண்டுமா? அது நிலைத்து நிற்கும். தன்னை நோயிலிருந்து தற்காத்துக்கொள்ளும் எண்ணற்ற வழிகளை ஒவ்வொரு நொடியும் கண்டுபிடிப்பதன்மூலமும் இயற்கை தொடர்ந்து செழித்திருக்க முடிகிறது.

அறிஞர் பெருமக்களே,

அடிப்படையில் பார்த்தால், நீங்கள் என்னை செய்கிறீர்கள்?

வாழ்க்கையின் இயல்புக்கு ஏற்ப, அதன் இயக்க அமைப்புகளைச் சில நேரம் துரிதப்படுத்தியும், சில நேரம் வேகத்தைத் தணித்தும் அதைப் போலவே நடந்துகொள்வதில் திருப்தியடைகிறீர்கள்.

கிருமி ஒன்று இழைக்கும் தீங்குகளை எவ்வாறு தணிப்பது? இதுதான் பஸ்தேருக்கும் அவரது குழுவுக்கும் எழுந்துள்ள புதிய சவாலாகும். அண்மையில் பஸ்தேரின் குழுவில் இடம் பெற்றுள்ள இளம் வாலிபரான எமீல் ரூ, இதில் முக்கிய பங்காற்ற இருக்கிறார். கோழிகளைக் காக்கப்போகும் தடுப்பூசி பற்றிய அற்புதமான எண்ணம் தன்னிடமிருந்துதான் வந்திருக்க வேண்டும் எனத் தனக்குள் அவர் முணுமுணுத்துக்கொண்டார். மற்றுமோர் உதவியாளரான ஷம் பெர்லான் தான் முக்கியமானதொரு கட்டத்தைக் கடக்க பெரும் பங்காற்றினார் என்றும் தனக்குள் சொல்லிக்கொண்டார். எனினும், அமைதி! பஸ்தேர்தான் கதையின் நாயகன்! அவரது பெருமையைத் திசைதிருப்ப வேண்டாம். குறிப்பாக, இத்தகைய குழுவை அமைத்து அதனைக் காத்ததில் அவரது முதல் பெருமை அடங்கியுள்ளது என்பதைக் கருத்தில் கொள்ளாமல் விடவேண்டாம். பொறுமையாக இருங்கள். அது பற்றி மீண்டும் பேசுவோம்.

இப்போதைக்கு, ஆந்திராக்ஸ் கிருமிகள் எல்லா நிறங்களிலும் தெரியும். அக்கிருமியைத் தளர்வடையச் செய்ய, அதனைக் கொதிக்க வைத்து ஆக்ஸிஜனால் அதனை நிரப்புகிறோம். அதனைக் கொல்ல வேண்டுமென்றால், எந்தத் திரவத்தைத் தேர்ந்தெடுப்பது? பினாயிலா, பொட்டாசியம் பைகுரோமேட்டா? நாள்தோறும் குழுவுக்குள் விவாதங்கள் நடைபெற்று வந்தன. சில நேரங்களில், விவாதம் கடுமையாகவும் அமைந்தது. "நாம் இன்னும் தயாராக இல்லை. மேலும், உறுதியாகத் தெரியும் வரையில் கொஞ்சம் காத்திருப் போம்" என யாராவது ஒருவர் எதிர்ப்புத் தெரிவித்துக் கொண்டிருந்த போதிலும், பணியில் ஈடுபட்டாக வேண்டும்.

லா ரொஷேத்தான் பிரபு. ஏராளமான சொத்துக்களை உடையவர். அவர் மெலேனில் விவசாயக் கழகத்தின் தலைவராக இருந்தார். தன் புய்யி லெஃபோர் பண்ணையை ஆய்வுக்கென இலவசமாகத் தந்துதவினார்.

1881ஆம் ஆண்டு மே மாதம் 5ஆம் நாள், கிராமவாசிகள், நாடாளு மன்ற உறுப்பினர்கள், மருத்துவ அலுவலர்கள், கால்நடை மருத்து வர்கள் என ஏராளமானவர்கள் செஸோனின் உள்ளூர் புகை வண்டி

நிலையம் வழியாக வந்து நிறைந்தனர். அவர்களில் பெரும்பாலானோருக்கு நம்பிக்கையில்லை. ஒரு கூடாரத்தில் தடுப்பூசி போடும் செயல் முறைக்கென முதல்கட்டமாக 25 ஆடுகளையும் 5 மாடுகளையும் நிறுத்தியிருந்த பஸ்தேரையும் அவரது குழுவினரையும் பார்த்து வந்திருந்தவர்கள் கேலி செய்தனர்.

மே மாதம் 17ஆம் நாள், மீண்டும் அதே கால்நடைகளுக்குக் கொஞ்சம் குறைவாகப் பாதிக்கப்பட்ட வைரஸ் செலுத்தப்பட்டது. இம்முறை முன்னதைக் காட்டிலும் வீரியம் அதிகமுள்ளது.

மே மாதம் 31ஆம் நாள் அதே கூட்டத்தின்முன், ஆந்திராக்ஸ் கிருமி (அதன் வீரியத்தைத் தணிக்காமல்) ஏற்கெனவே தடுப்பூசி போடப்பட்ட 30 கால்நடைகளுக்கு மட்டுமில்லாமல், எவ்வித சிகிச்சையும் பெறாத 25 ஆடுகளுக்கும் 5 மாடுகளுக்கும் செலுத்தப்பட்டது.

காத்திருப்பு தொடங்கியது.

குழுவில் பதற்றம் அதிகரித்தது. சரியான தடுப்பு மருந்தைத் தேர்ந்தெடுத்துள்ளோமா? இன்னும் கொஞ்சம் ஆய்வுகளைத் தொடர்ந்திருக்க வேண்டாமா? தடுப்பூசிகள் செலுத்தப் பெற்ற கால்நடைகள் இறந்துபோனால், அவமானத்தில் நம் ஆய்வுக்கூடத்தை மூடியாக வேண்டும்.

பதற்றமான நாட்கள், தூக்கம் மறந்த இரவுகள். காரணம் சிகிச்சையில் உள்ள சில கால்நடைகள் கடும் காய்ச்சலில் துடித்தன.

ஒரு வாரம் கழித்து, புய்யிக்கு அவர் திரும்பியபோது, ஆரவாரக் கூச்சல் அவரை வரவேற்றது. தடுப்பு மருந்து செலுத்தப்படாத அத்தனை கால்நடைகளும் இறந்துபோயின. இறந்துபோன அவற்றின் உடல்கள் தரைமீது வரிசையாகக் கிடந்தன. தடுப்பு மருந்து செலுத்தப்பட்டவை மேய்ந்தபடியும் துள்ளிக் குதித்தபடியும் இருந்தன.

நுண்ணோக்கி ஒன்றின் கண்ணாடி வழியாக மட்டுமே அதன் இருப்பைக் கண்டுபிடிக்கக் கூடிய அச்சிறு கிருமிகளுக்கு என்ன பெயர் வைப்பது? வைப்பரியோன், வைரஸ், பாக்டீரியா, பாக்டீரித்…. இதைவிடவும் சிறந்ததைக் கண்டுபிடிக்க முடியும்.

ஸ்டிரஸ்பூரின் இராணுவ மருத்துவப் பள்ளியின் முன்னாள் இயக்குநரும், ஓய்வு பெற்றாலும் தொடர்ந்து துடிப்புடன் இயங்கிக் கொண்டிருக்கும் மருத்துவருமான செதியோ 1878ஆம் ஆண்டு ஜனவரி மாதத்தில் லித்ரேவுக்கு ஒரு கடிதம் எழுதினார். ஒரு பெயரை கண்டுபிடித்தவுடன் அது குறித்து அப்போதைய மாபெரும் மொழியியலாளரான லித்ரேயின் கருத்தை அறிய விரும்பினார்.

உடனடியாகப் பதில் வந்தது.

"என் இனிய தோழரே, மைக்ரோப், மைக்ரோபி ஆகியவை மிகவும் சரியான சொற்கள் தான். இந்தச் சின்னஞ்சிறு நுண்ணுயிர்க் கிருமிகளுக்கு, "மைக்ரோப்" எனும் பெயரைத் தரவே நான் பெரிதும் விரும்புவேன். ஏனெனில், முதலாவதாக, நீங்கள் கூறுவதைப் போல், அது மிகவும் சிறிதாக இருக்கிறது. மேலும், பெண்பால் சொல்லான "மைக்ரோபி"யை மைக்ரோபின் நிலையைக் குறிக்கும் சொல்லாகப் பின்னர்ப் பயன்படுத்திக்கொள்ள முடியும். தற்போ தைக்கு, இச்சொல்லைத் தனியே விட்டுப் பார்ப்போம். நிச்சயமாகத் தாக்குப்பிடிக்கும் என நினைக்கிறேன்".

பஸ்தேரின் மறைவுக்குப் பிறகு பிற்காலத்தில் பல்வேறு வகையான கிருமிகளை இனங்கான ஆய்வுகள் உதவின.

உயிர்வாழத் தேவையான அத்தனை இயக்க அமைப்புகளும் கொண்ட முழுமையான செல்களாக நுண்ணுயிரிகள் இருக்க, இத்தகைய அமைப்புகள் இல்லாத வைரஸ்கள் நுண்ணுயிரிகளை உண்ணிகள் போல் பற்றி, அதன்மூலம் தங்கள் தீய வியூகங்களை வளர்த்துக்கொள்கின்றன.

இதனிடையே, பஸ்தேரும் அவரைத் தொடர்ந்து வந்த அறிவிய லாளர்களும் கையாண்ட 'மைக்ரோப்' எனும் சொல், லித்ரே அவர் களின் ஆருடத்தின் படியே உலகை வலம் வந்துகொண்டிருக்கிறது.

லண்டன். 1881ஆம் ஆண்டு ஆகஸ்ட் மாதம்.

செயின்ட் ஜேம்ஸ் அரண்மனை.

ஆடுகளுக்குச் செலுத்தப்பட்ட தடுப்பு மருந்து குறித்த தன் ஆய்வு அனுபவத்தை விளக்க வந்த லூயி பஸ்தேர் அவர்களை அனைத்துலக மருத்துவக் கருத்தரங்கில் பங்கேற்ற 3000 உறுப்பினர்களும் கைதட்டி வரவேற்றனர்.

இருக்கையில் இருந்தபடியே தன் கோபத்தை கோக் கஷ்டப் பட்டு அடக்கிக்கொண்டார். தனக்குப் பேச்சுத்திறமை இல்லை என்பதை அறிந்திருந்தார். எனவே, தன் தாக்குதலைத் தொடுக்க, எழுத்தைத் தேர்ந்தெடுக்கவே அவர் பெரிதும் விரும்பினார்.

அந்த ஆண்டின் இறுதியில் கட்டுரை வெளியானது.

"திரு. மொனூரியின் பண்ணையில் பஸ்தேர் மேற்கொண்ட ஆய்வு மதிப்பற்றது என்பதோடு, அதில் மிகையான நம்பிக் கை உள்ளதைப் போல் தோன்றுகிறது. ஆந்திராக்ஸ் நோயினைப் பற்றி அதிகம் அறியசெய்துள்ள இந்த மனிதர் எதையும் கண்டு பிடிக்கவில்லை".

இந்தச் சர்ச்சையைப் பற்றித் தெரிய வந்ததும், பஸ்தேரின் பதில் அவரது பாணியில் அமைந்தது:

"எனக்கு வாய்ப்புக் கிடைக்கும்போது, அவருக்குச் செயல்முறை விளக்கப்பாடம் கற்பிக்கும் வகையில் ஓர் ஆய்வுடன் பதில் கூறுவேன்".

ஜெர்மனியில்தான் பலத்தைக் காண்பித்தாக வேண்டும். பிரான்ஸில் கிடைத்த வெற்றியைப் பற்றித் தகவல் அறிந்த ஏராளமான உள்ளூர் கால்நடைவளர்ப்பவர்கள் இந்தச் சிகிச்சையின் பலனைத் தாங்களும் அடைய விரும்பினர்.

தன் நெருங்கிய உதவியாளர்களில் ஒருவரான துயிலியேவைப் பஸ்தேர் அனுப்பினார். பெர்லினின் தெற்கில் ஒரு கிலோமீட்டர் தூரத்தில் உள்ள பாக்கீஷின் பண்ணையில் அவர் முகாமிட்டார். முதல் கட்ட பரிசோதனைகள் உறுதியான பலன்களை அளிக்கவில்லை. துயிலியே ஆய்வின் வழிமுறைகளை விவரிக்கிறார்.

இரண்டாம் முறை அளிக்கப்பட்ட தடுப்பு மருந்து, ஷார்த்தர் பகுதியில் மேற்கொண்ட பரிசோதனையின்போது கிடைத்த வெற்றியை உறுதிசெய்தது. சிகிச்சையளிக்கப்பட்ட 250 ஆடுகளும் காப்பாற்றப்பட்டன. மற்றவை இறந்துபோயின.

கோக், தன் தோல்வியை ஏற்றுக்கொள்ள விரும்பவில்லை. அவர் அப்போதும் கிருமிகளின் தன்மையை நீர்க்கச் செய்தல் என்பதை ஏற்றுக்கொள்ளவில்லை. அப்போது அவர் அடக்கமாக இருப்பதற்கான நேரமில்லை. ஏனெனில், இரண்டு மகத்தான வெற்றிகள் அப்பொழுதுதான் அவரைப் புகழின் உச்சிக்குக் கொண்டு சென்றிருந்தன. முதலில், 1882ஆம் ஆண்டு மார்ச் மாதம் 24ஆம் நாள், டியுபர்கி ளோசிஸ் எனும் அன்றைய மிகக் கொடூரமான நோய்க்குக் காரணமான ஆந்திராக்ஸ் கிருமியைக் கண்டுபிடித்தது குறித்து அறிவித்திருந்தார். தொழில்மயமாக்கம், கிராம மக்கள் பலரை மேன்மேலும் நகர் புறத்துக்கு ஈர்த்திருந்தது. அப்படி வந்தவர்கள் வசிக்கத் தகுதியற்ற இருப்பிடங்களில் நெருக்கிக்கொண்டு வசித்து வந்தனர். அங்கு இறப்பின் எண்ணிக்கை 40 விழுக்காட்டைக் கடக்கும் வாய்ப்பு இருந்தது. லீல் நகரில், 60 விழுக்காடு தொழிலாளர்களின் குழந்தைகள் ஐந்து வயதுக்கு முன்பே இறந்துபோயினர்.

கோக்கும் பஸ்தேரின் இயல்பினையுடைய மனிதர் தான். ஓய்வு என்ற சொல்லின் அர்த்தம் அறியாதவர். எனவே, இந்த முதல் வெற்றியைச் சுவைப்பதற்கான பேச்சுக்கே இடமில்லை. மேலும் ஒரு கொடிய நோயான காலரா அப்பொழுதுதான் எகிப்தைத் தாக்கி இருந்தது. ஆபத்தைப் பற்றிக் கவலைப்படாமல் அலெக்சாண்டிரா

வுக்குக் கோக் பயணமானார். அங்கு பஸ்தேரின் மாணவரான துயிலியேவைக் கண்டார். துயிலியேவுக்கு நோய் தொற்ற, விரைவில் அவர் இறந்துபோனார். அந்தக் கொலைகாரக் கிருமி தொடர்ந்து ஆய்வுகளுக்கு அகப்படாமல் இருந்தது. பின்னர், 1884ஆம் ஆண்டு பிப்ரவரி மாதம், இந்தியாவின் கல்கத்தாவில் அக்கிருமியைக் கோக் கண்டு பிடித்தார்.

தகவல் அறிந்ததும், ஐரோப்பாவின் முதன்மையான அறிவிய லாளர் எனும் இடத்தை அந்த ஜெர்மானியர் தன்னிடமிருந்து கைப்பற்றும் தருவாயில் இருக்கிறார் என்பதை பஸ்தேர் உணர்ந்து கொண்டார். அவமானத்தின் உச்சமாகப் “பிரஞ்சு” வெளியுறவுத்துறை அமைச்சர் ழுயில் ஃபெரி, லெழியோன் தொனேர் எனும் உயரிய விருதினைத் தன் “எதிரியின்” மேலங்கியின் மீது அணிவித்தார்.

நாய்க்கடிக்கான மருந்து மட்டுமே பஸ்தேர் தன் இடத்தை மீண்டும் கைப்பற்ற உதவ முடியும்.

★
★ ★

கிருமியின் வீரியத்தை நீர்த்துப் போகச் செய்தல்.

பஸ்தேர் தொடர்ந்து அதனை வலியுறுத்தி வந்தார். அதன் இயக் கத்தின் முறைகளை மட்டும் கண்டுபிடிக்கமுடியாமை குறித்துக் கோபமடைந்தார்.

அதனைப் புரிந்துகொள்ள மேலும் ஒரு நூற்றாண்டு தேவைப்படும்.

ஆந்திராக்ஸ் நோயினை எடுத்துக்கொள்ளுங்கள். நுண்ணுயிரி தனக்கென ஒரு குப்பியை உண்டாக்குவதன் மூலம் பாதுகாப்பாக இருக்கிறது. உடலின் தற்காப்பு அமைப்பிலிருந்து இவ்வாறாகத் தாக்குதல்களிலிருந்து உள்ளே அடைந்தபடி அவை தாக்குப்பிடிக்க முடிகிறது. இந்தப் பாதுகாப்புக் குப்பியை உருவாக்கிக் கொள்ள நுண்ணுயிரிக்கு யார் இந்தச் சக்தியைத் தந்தது? ஒன்று அல்லது ஒன்றுக்கு மேற்பட்ட உயிர்அணுக்கள் தான். அவை ஏதோ ஒரு குரோமோசோமால் கொண்டுவரப்பட்டவையாக இருக்கும்.

ஏதோவொரு காரணத்திற்காக இந்த அணுக்கள் இந்த சக்தியை இழக்க நேரிடும்போது, நுண்ணுயிரி இக்குப்பியை உருவாக்கும் சக்தியை இழந்துவிடுகிறது. பின்னர், நோய் எதிர்ப்பு அமைப்பு என்பது “செத்த பாம்பை”ப் போன்றதுதான்.

புகழும் விமர்சனமும்

1882ஆம் ஆண்டு ஏப்ரல் மாதம் 27ஆம் நாள்.

23, கோந்தி சாலை, லூவர் அரண்மனை எதிரில். பாரீஸ்.

புதிதாய் ஒரு உறுப்பினரை வரவேற்க பிரஞ்சு அகாதமி மாபெரும் நிகழ்ச்சி ஒன்றை ஏற்பாடு செய்தது. அகாதமியை நோக்கிப் பாரீஸ் முழுவதும் உள்ள மக்கள் விரைந்தனர்.

இயக்குநர் என்ற முறையில், எர்னெஸ்ட் ரெனான் மேடையின் மையப் பகுதியில் அமர்ந்திருந்தார். கூட்டத்தினரை அமைதியாக இருக்கும்படி கூறிவிட்டு, அவர்தான் நிகழ்ச்சியை முறைப்படித் தொடங்கிவைத்தார். சம்பிரதாயமாகக் கூறப்படும், "இப்பொழுது தன் நன்றியுரையைத் திரு. லூயி பஸ்தேர் வழங்குவார்", என்ற வாக்கியத்தையும் அவர் உச்சரித்தார்.

அறிஞர் எழுந்து நின்றார். மிளிரும் புதிய பச்சைநிற கோட்டில் அவர் பெற்றிருந்த லெழியோன் தொனேர் விருது மிடுக்காக இருந்தது.

250 ஆண்டு காலமாக இருந்துவரும் நடைமுறைப்படி, தனக்குமுன் அப்பதவியை வகித்தவரைப் புகழ வேண்டும். தற்போதைய நிலையில், இது எமில் லித்ரே அவர்களின் முறை.

பிறரைப்பற்றி எவ்வளவு பேச நினைத்தாலும் ஒவ்வொரு முறையும் தன்னைப் பற்றியே பேசும்படி ஆகிவிடும். லித்ரேயின் தந்தைக்குப் புகழஞ்சலி செலுத்தியபோது, தன் தந்தையைப் பற்றி பஸ்தேர் நினைவு கூர்ந்தார்: "சந்தர்ப்பசூழ்நிலை சரியாக அமையாததால், தாங்கள் பெற்றிருக்க வேண்டிய பெருமையை முழுமையாக அடையாமல் போனவர்களில் அவரும் ஒருவர். பெரும்பாலான நேரங்களில் விதியின் இக்குறையை ஈடு செய்யும் விதமாக, வெளியில் தெரியாத இம்மனிதர்கள், தங்கள் பிள்ளைகளுக்குப் புகழ்மிகு வாழ்வினை அமைத்துத் தருகின்றனர்."

லித்ரேயின் தாயார் திருமதி லித்ரேயை வணங்கியபோதும், தன் தாயைத்தான் பஸ்தேர் நினைவுகூர்ந்தார் : "அப்பெண்மணி, பெரும் நெஞ்சுரம் கொண்டவராகவும் நியாயத்தின்மீது ஆழமான பற்றுடையவராகவும், புரட்சியில் விளைந்த பொதுவான எண்ணங்கள், குறிக்கோள்கள் ஆகியவற்றைக் கடைபிடிப்பதில் அசாதாரண முனைப்புடையவராகவும் இருந்தார். அவர் ஓர் உண்மையான ரோமானியப் பெண்மணி" என்றார்.

இத்தகையோரின் குடும்பப் பின்னணியையுடைய லித்ரே, ஏற்றத் தாழ்வு பாராத புனிதமான மனிதராகத்தான் இருக்க முடியும்"!

அவருக்கு இருந்த பணப்பற்றாக்குறையும், பெரும் கூச்சசுபாவமும் மருத்துவப் படிப்பை இறுதிவரை படித்து முடிக்க முடியாமல் போக தடையாக இருந்தாலும், ஹிப்போக்கிராத்தின் மருத்துவ ஆய்வுகளின் புதிய பதிப்பில் ஈடுபாடு காட்டினார். மனித இனத்தில் உள்ள தன் சகோதரர்களுக்குச் சிகிச்சை அளிக்கத் தனக்கென ஒரு முறையைக் கண்டுபிடித்தார். மேதைமை என்பது அடைந்துகொள்ளும் புகலிடம் அல்ல. புகழைக் கண்டு அஞ்சுபவர்களுக்கு மென்மையான குரலில் பேசுவது போல் ஏறக்குறைய ரகசியமாக, உலகில் செயல்படுவதற்கு அதுதான் ஒரே வழி.

இறுதியாக, லித்ரேயிடம் பஸ்தேர் வியந்த சிறப்பியல்பு என்னவென்றால், (பஸ்தேரின் பார்வையில் இதுதான் முதன்மையானதாகவும் இருக்கலாம்), தன் மனைவியையும் மகளையும் பணியில் ஈடுபடுத்திய விதமாகும். தன்னைப் பற்றியும், மரி, மரி லூயிஸ் ஆகியோரையும் நினைத்தபடியே பஸ்தேர் தன் தொப்பியைக் கழட்டி மரியாதை செலுத்தினார். தன் நேசத்துக்குரியவர்களைக் குடும்பத் தலைவனின் மகத்தானதொரு பணியில் இவ்வாறு ஈடுபடச் செய்யும் மனிதன் தீயவனாக இருக்க முடியாது.

எனினும், "லித்ரேயின் அற்புதமான வாழ்க்கையில், எத்தனையோ வகையில், எவ்வளவோ புகழ வேண்டியவனாய் இருக்கிறேன். என் நேர்மையைச் சந்தேகிக்க வேண்டாம் எனக் கேட்டுக்கொள்கிறேன்".

அம்புகள் பாயத்தொடங்கின. பஸ்தேர், தன் இயல்பு நிலைக்குத் திரும்பிவிட்டார். அதாவது கடுமையானவராக, சொல்லப்போனால் மூர்க்கமாகவும் பாடம் நடத்துபவராகவும் மாறிவிட்டார்.

“திரு. லித்ரே அவர்களே, நீங்கள் செய்த முதல் தவறு, தவறு மட்டுமல்ல அது உங்களைக் கேலிக்குரியவராக்குகிறது. நீங்கள் ஒகுயிஸ்த் கோந்தைப் பெரிதும் போற்றுகிறீர்கள். அவரும் அவரைப் பின்பற்றுபவர்களுமாகிய நீங்கள்“அறிவியல் வழிச் சிந்தனையாளர்“ (பாஸிட்டிவிஸ்ட்) எனச் சொல்லிக்கொள்கிறீர்கள். “பட்டறிவின்” முறையை விவாதத்துக்கிடமின்றிக் கட்டமைத்துவிடுகிறீர்கள். ஆனால், உங்களுக்கும், உங்கள் ஒகுயிஸ்த்துக்கும் உண்மையான ஆய்வுக்கு அவசியமான முனைப்பைப் பற்றிய குறைந்தபட்ச சிந்தனை இல்லை. மேலும், நீங்கள் குறிப்பிடும் “அறிவியல்” அல்லது “சமூகவியல்” என்பது ஓர் அனுமானம் மட்டுமே. சான்று என்ன? 1850ஆம் ஆண்டில் கிடைத்த அமைதி, சமூகவியல் காரணமாக என்று சொல்லிக்கொள்வீர்கள். இதன்மூலம், நீங்கள் அறிந்தவற்றை ஜெர்மனியப் படைகளுக்கு ஏன் தெரிவிக்கவில்லை?”

இரண்டாவது குற்றச்சாட்டு, இது மேலும் கடுமையானது.

“ஆக்கப்பூர்வமான சிந்தனையின் முக்கிய அம்சமான ஆதி அந்தமற்ற முடிவிலி எனும் பதத்தின் மீது அக்கறை செலுத்தாமல் விலக்கிவைக்க தீவிரம் காட்டி வருகிறீர்கள்.

இப்பதம், விளக்கவும் முடியாது, விளங்கிக்கொள்ளவும் முடியாது என இரட்டைத்தன்மையுடையதாகும். ஆனால், இது பரவலாக அனைத்து இடங்களிலும் தவிர்க்க முடியாமல் வெளிப்படுவதை என்னால் காண முடிகிறது. அதீத இயற்கை நம் அனைவரின் ஆழ் மனதிலும் அடங்கியுள்ளது. இறைவன் என்பவன் ஆதிஅந்தம் இல்லாத முடிவிலியின் வடிவமாகும்”.

இப்படிக் கூறிவிட்டுத் திருப்தியாக பஸ்தேர் அமர்ந்தார்.

வேறுவகையில் பல்வேறு விஷயங்களில் அறிஞராக இருந்த போதிலும், நேர்மையான மனிதராக இருந்தாலும், என் முன்னோடி யைப் பற்றிக் கூற வேண்டியவற்றைத் தெரிவித்துவிட்டேன் எனும் திருப்தி அவருக்கு.

ரெனான் பேச வேண்டிய முறை வந்தது. எழுந்து பேசினார்.

அகாதமிக்குப் புதிதாய் வந்து சேர்ந்திருக்கும் இளம் அறிஞர், என்றும் நினைவில் கொள்ளும் விதமாகக் கடும் விமர்சனங்கள் அவருக்காகக் காத்திருந்தன.

ரெனான் பேசியதை மீண்டும் மீண்டும் படித்துப்பார்க்க வேண்டும். தனது துறையில், பஸ்தேரைப் போன்றே பெரும் முனைப்பினைக் காட்டியவர் ரெனான். மூலங்களை நுணுக்கமாகச் சரிபார்ப்பதில் தொடங்கி இயேசு எனும் உண்மைப் பாத்திரத்தை வரலாற்று ஆய்வுக்கு உட்படுத்தத் துணிந்தவரில்லையா அவர்? இந்த இயேசு உண்மையில் இருந்தாரா? பழங்கதையா? உண்மையா? சாட்சிகள் எந்த அளவு மதிப்புமிக்கவை? அவருடைய உண்மை யான நடவடிக்கைகள் என்ன? இன்று முக்கியத்துவமற்ற சாதா ரணமான விஷயமாகத் தோன்றுமானாலும், தேவமகனைப் பற்றிய இவ்விசாரணையின் முடிவு வரை இவர் சென்றது பெரும் சல சலப்பை ஏற்படுத்தியது. "ஒப்பிடமுடியாத மனிதரான இயேசு".

இத்தகையவர்தான் புதிதாய்த் தேர்ந்தெடுக்கப்பட்டுள்ள பஸ்தேரைப் பார்த்து இயக்குநர் நிலையிலிருந்து பேசினார்:

"வாழ்வின் எல்லைகள் வரை சென்றடையக் காரணமான இந்தப் போற்றுதலுக்குரிய ஆய்வுகளை மேற்கொண்டமையும், பல முறை உங்களுக்கு மிகத் தெளிவான பதில்களைத் தருவதற்கு இயற் கையிடம் நீங்கள் வினவிய புதுமையான முறையும் உங்கள் பெரு மைக்குக் காரணமாக அமைந்துள்ளன. அதைப் புகழ எங்களிடம் வார்த்தைகள் இல்லை"

"ஒரே வார்த்தையில் சொல்லவேண்டுமென்றால், கலிலியோ, பஸ்கால், மிஷேல் ஆன்ழ், மொலியேர் ஆகியோருக்குச் சொந்த மான அந்த ஏதோ ஒன்று உங்களிடமும் அதே அளவில் உள்ளது. அது "மேதைமை".

"எனினும், நீங்கள் சாராத துறைகளைக் குறைத்து மதிப்பிடுவதை அது நியாயப்படுத்தாது.

எங்களைப் பொறுத்தவரை, திரு. லித்ரே அவர்கள் விவேகமாகத் தவிர்த்தவற்றில் உள்ள நன்மைகளை நீங்கள் இறுதியில் புரிந்து கொள்வீர்கள். தவறினை எண்ணிப் பார்க்க நம் எண்ணம் மேற் கொள்ளும் முயற்சிகளை நீங்கள் உணர்வீர்கள். தோற்றத்தில் முக்கியத் துவம் குறைவாக இருந்தாலும், வெளியே தெரியாத ஐயங்கள், புன்னகை, இலக்கியங்கள் நமக்குக் கற்றுத்தரும் அத்தனை நல்ல விஷயங்களையும் பார்க்கும்போது, அவற்றுக்குரிய சிறப்புகள் இருக்கத்தான் செய்கின்றன என்பதை நீங்கள் எப்படியும் புரிந்து கொள்வீர்கள். சுருக்கமாகச் சொன்னால், ஐயா, உங்களிடம் எங்கள் ஐயங்களைத் தெரிவிக்கின்றோம், நீங்கள் உங்களது உறுதியான முடிவுகளை எங்களுக்கு அறிவியுங்கள். உங்கள் வருகை நல்வருகை யாகட்டும்".

விலங்குகளின் நண்பரா?

வேதனையில் அமைதியான முறையில் துன்புறும் முயல்களிடம் உள்ள நாகரிகம் நாய்களிடம் இல்லை. அவற்றுக்கு வலியோ பயமோ உண்டானால் குரைக்காது, ஊளையிடும்.

பஸ்தேரின் ஆய்வுக்கூடத்திலிருந்து கேட்கும் மனதை இளக வைக்கும் ஓலத்தை வொக்லேன் வீதியில் வசிப்பர்கள் அதற்கு மேலும் தாங்கிக்கொள்வதாக இல்லை. புகார் மனுக்கள் குவிந்தன. அவஸ்தையில் விலங்குகள் எழுப்பும் பெரும் சத்தம், யாருக்கும் தொந்தரவு அளிக்காத இடமாகப் பார்த்து இந்த விலங்குப் பண்ணையை மாற்றியாக வேண்டிய கட்டாயம் ஏற்பட்டுவிட்டது.

இப்படித்தான் வீல்நேவ் எத்தாங் பகுதி தேர்ந்தெடுக்கப்பட்டது.

பஸ்தேரின் எதிரிகளிலேயே, விலங்குகளின் பாதுகாவலர்கள் தான் மிகவும் உறுதியானவர்களாக இருந்தனர். இங்கிலாந்தில் விலங்குகள் பாதுகாப்பு இயக்கம் ஒன்று மிகவும் துடிப்பாக இயங்குவது தெரிந்தது. விலங்குகளை ஆய்வுக்கு உட்படுத்துவதைத் தடைசெய்யும் சட்டத்தை நிறைவேற்றுவதில் அது வெற்றி கண்டிருந்தது.

மாபெரும் உடற்கூற்றியல் அறிஞரான மகாந்தியிடம் மருந்தியல் உதவியாளராக இருந்த குலோது பெர்நார், ஒரு சம்பவத்தை நினைவு கூருகிறார். ஒரு நாள் ஆய்வகத்துக்குள் முதியவர் ஒருவர் நுழைவ

தைப் பார்த்திருக்கிறார். கோட், டையுடன், அகலமான விளிம்பு களைக் கொண்ட தொப்பியுடன், ஆங்கிலிக்கன் தேவாலயங்களை மறு தலித்து வெளியேறிய மதக்குழுவான பிராட்டஸ்டன்ட் பிரிவினரின் சீருடையில் இருந்தார். நடைபெற்றுக்கொண்டிருந்த ஆய்வுகளை உடனடியாக நிறுத்திவிடும்படி அவர் கேட்டுக்கொண்டார்.

"இப்படி விலங்குகளைச் சாகவிட உங்களுக்கு உரிமையில்லை. இப்படியான கொடூரத்தை, உங்களைப் போன்று ஆய்வில் ஈடுபடுபவர்களுக்கு பழக்கப்படுத்துகிறீர்கள்".

அறிவியலின் தேவைகள் குறித்த வாதம் எதையும் அவர் கேட் பதாக இல்லை. கடவுளின் கட்டளையால் உந்தப்பட்ட தனக்கு மூன்று இலக்குகள் இருப்பதாகத் தொடர்ந்து சொல்லிக் கொண்டிருந்தார். இவ்வுலகிலிருந்து போர், வேட்டை, விலங்கு களை உட்படுத்தும் ஆய்வு இவை மூன்றையும் அடியோடு ஒழிப்பது. எனவே, இதனை அகற்றியாக வேண்டும்.

ஆங்கிலிக்கன் அமைப்பு தன் எதிர்ப்பைத் தொடர்ந்தது. மூன்றாம் நெப்போலியனுக்குக் கண்டனக் கடிதம் ஒன்றை அனுப்பியது. எத்தனைக் காலம்தான் இத்தகைய காட்டுமிராண்டித்தனமான நட வடிக்கைகளைப் பிரான்ஸ் ஏற்றுக்கொள்ளப்போகிறது எனும் கேள் வியை எழுப்பியிருந்தது.

மன்னர் இச்செய்தியை மருத்துவக்கழகத்தின் பார்வைக்கு அனுப்பினார். இதற்கான பதிலைத் தரும் பொறுப்பு குலோது பெர்நாரிடம் ஒப்படைக்கப்பட்டது.

"விலங்குகளை ஆய்வுகளுக்கு உட்படுத்தியதால் கிடைத்த முக்கிய கண்டுபிடிப்புகள் எவை எனக் கேட்கிறீர்கள். விலங்குகள் ஆய்வின் காரணமாக நேரடியான, தேவையான பலன் தந்ததாக எந்த ஒரு ஆய்வினையும் கூற முடியாது. கழுத்து நரம்புகளை வெட்டி அதன்மூலம் சுவாசம், குரல் ஆகியவற்றைத் தெரிந்துகொண்ட கலியேன் முதல், இரத்த ஓட்டத்தைப் பற்றிக் கண்டுபிடித்த ஹார்வே, இரத்த நாளங்களை அறிந்துகொண்ட பெக்கே, அசேலி, தசைகளின் இறுக்கம் குறித்த ஆய்வு செய்த ஹலேர், நரம்புகளின் செயல்முறைகள் பற்றி அறிந்துகொண்ட பெல், மகெந்தி ஆகியோர் வரை ஒரே ஆய்வுமுறையாக விளங்கும் இந்த விலங்கினை உட்படுத்தும் ஆய்வினை விரிவுபடுத்தியதன் மூலமாகத்தான் அத்தனையும் அறிய முடிந்தது. உயிரியலில் செரிமானம், இரத்த ஓட்டம், குடல், நரம்புமண்டலம், எலும்புகள், வளர்ச்சி என நாம் முற்றிலுமாக அறிந்துகொண்ட அனைத்துமே ஆய்வுமுறையைத்

தனித்தோ அல்லது மற்ற ஆய்வு முறைகளோடு இணைத்தோதான் சாத்தியமானது”

அப்படியானால், என்ன நடவடிக்கை எடுக்கவிருக்கிறீர்கள் எனத் திருப்பிக்கேட்டன விலங்குகளின் பாதுகாப்பு அமைப்புகள்.

மனிதகுலத்தினர் விலங்குகளைத் தொடர்ந்து பலியிடுகின்றனர். அவற்றைப் பயன்படுத்திக்கொள்வதோடும் விழுங்குவதோடும் திருப்தி அடையாமல் மனிதர்களை மட்டுமே சார்ந்த முன்னேற்றத்தின் பெயரால் அவற்றைச் சித்ரவதையும் செய்கின்றனர்.

1881ஆம் ஆண்டிலேயே டார்வின் இதற்கான எதிர்வாதத்தை எடுத்து வைத்துள்ளார்.

“உயிருள்ள விலங்குகளை வைத்துச் செய்யப்படும் ஆய்வுகளை அகற்றிவிட்டால் உடற்கூற்றியலில் எவ்வித வளர்ச்சியையும் எட்ட முடியாது. அவ்வாறு உடற்கூற்றியலின் வளர்ச்சியைத் தாமதப் படுத்துவது மனித இனத்தின்மீது நிகழ்த்தப்படும் மாபெரும் குற்றம் என உறுதியாக நம்புகிறேன். தொற்றுநோய் கிருமிகள் குறித்த பஸ்தேரின் ஆய்வு முடிவுகளைக் கவனியுங்கள். இதன்மூலம் முதலில் பலன் பெற்றவை விலங்குகள்தான் இல்லையா?”

நம் கதாநாயகனுக்கு நெருக்கமானவர்களான ழான், திரு.வலேரி ரதோ போன்றோர் தொடங்கி அனைவரும் பஸ்தேரை மிக எளிதில் உணர்ச்சிவசப்படக்கூடியவராகச் சித்தரிக்கின்றனர். விலங்குகளைப் பயன்படுத்தியாக வேண்டிய தேவை வரும்போது அவரது உணர்வு எப்படி இருக்கும் என்பதை அவர்கள் விவரிக்கின்றனர். அவற்றை மயக்கமடையச் செய்ய எப்போதும் குளோரோபாம் செலுத்துவார். ஒருபோதும் அவர் தனியாக அவற்றை அறுத்து, ஆய்வு மேற்கொள்ளமாட்டார். அப்படிச் செய்ய அவரால் எப்படி முடியும்? மயக்க நிலையை நெருங்கும்போது ஓலம், காதில் விழாமல் இருக்கக் காதுகளை அடைத்துக்கொள்வார். நம்பித்தான் ஆக வேண்டும். இதைவிட பெரும் வலு சேர்க்கும் வாதம் வேறு ஒன்று உள்ளது.

முதலில், பஸ்தேர் விலங்குகளை நேசிப்பதில் பெயர்போனவர். நமக்குப் புரியக்கூடிய மொழி ஒன்றைக் கடவுள் அவற்றுக்கு வழங்கு வாரேயானால், காலராவெனும் சாபக்கேட்டிலிருந்து தங்களை விடுவித்தமைக்காக அர்புவாவின் இந்த அறிஞரைக் கோழிக் கூட்டங்கள் கொண்டாடும். ஆந்தராக்ஸ் கிருமியின் கொடூரத்திலிருந்து தடுப்பு மருந்து ஒன்றின்மூலம் காப்பாற்றியதற்காகத் தங்கள்

நன்றியினை ஆடுகள், மாடுகள், குதிரைகள் ஆகியவை கத்தியும் கனைத்தும் வெளிப்படுத்தும். இனியும் அந்தக் கொடிய நோய் பற்றிய பயமில்லை எனத் தங்கள் நிம்மதியைப் பன்றிகள் கூட்டமாகக் கத்தி வெளிப்படுத்தும். இவற்றையெல்லாம் கண்டால் நமக்கு என்ன மாதிரியான உணர்வு ஏற்பட்டிருக்கும்?

ஏன், அந்தப் பட்டுப்புழுக்களேகூட, பெப்ரீன், ஃபிலேச்சரி ஆகிய நோய்கள் தங்கள் இனத்தை அழித்ததை நினைவுகூர்ந்து புகழ் அஞ்சலியில் கலந்து கொள்வதை அவற்றின் குரல்களை இனங் காணும் அளவு நாம் கவனித்துக் கேட்டால் புரியும். மேலாக, மனித இனத்திற்கு நன்மை செய்பவர் விலங்குகளுக்கும் பெரும் நண்பராகத்தான் இருப்பார்.

வெறிநாய்க்கடி மீது வெற்றி

உங்கள் அந்தரங்க வாழ்க்கையில் தலையிடவோ, அதைவிட மோசமாக உங்கள் சுதந்திரமான நடமாட்டத்தைக் குலைக்கவோ நான் ஒருபோதும் விரும்பமாட்டேன். ஆனால், எதார்த்தம் என்ன வென்றால், என்றாவது ஒருநாள், விலங்கு ஒன்றின் பாதையில் நீங்கள் குறுக்கிட நேரும்.

அது ஒரு நாயாக இருக்கலாம், நரியாகவோ அல்லது கரடியாகவோ இருக்கலாம். ஆபத்தில்லாத கவரிமானாகவும் இருக்கலாம் அல்லது மாடு, வயல் ஓநாய், அணில், கரடி, வௌவால் என எந்த விலங்காக வேண்டுமானாலும் இருக்கலாம்.

நீங்கள் சாதுவாக நடந்துகொண்டபோதிலும், உங்களைக் கடித்து விடுகிறது. மேலும் ஒரு ஊகம். நீங்கள் சாதுவாக நடந்து கொண்ட தால் அதன் நாக்கு உங்கள் மேல் பட்டுவிடுகிறது.

விரைவிலேயே அந்தச் சம்பவம் உங்கள் நினைவிலிருந்து அகன்று விடும். ஏனெனில், அசாதாரணமாக எதுவும் உங்களுக்கு நிகழவில்லை.

ஒரு மாதம் கடக்கிறது. பிறகு, இரண்டு மாதங்கள். சில சமயம் ஆறு மாதங்கள் கழிகின்றன.

ஒரு நல்ல நாளில், உங்கள் மார்புப் பகுதியில் காரணமில்லாத வலி ஒன்று ஏற்படுகிறது. நீங்கள் துடிக்க ஆரம்பிக்கிறீர்கள். சோர்வாக இருப்பதை உணர்கிறீர்கள். நீங்கள் பேசுவது கொஞ்சம் கொஞ்சமாகப் புரிந்துகொள்வது கடினமாக இருக்கிறது.

இரவில் முன்புபோல் தூக்கம் வருவதில்லை. வாயிலிருந்து உமிழ் நீர் வெளியேறுகிறது. நீங்கள் அழுகிறீர்கள், ஏதேதோ பிதற்று கிறீர்கள், வேதனை தாங்காமல் நெளிகிறீர்கள். வெறிநோய்க் கிருமி, உங்கள் இரத்த நாளங்கள் முழுவதிலும் பொறுமையாகத் தன் ஓட்டத்தை முடித்திருக்கும். இப்பொழுது உங்கள் மூளையைக் கைப்பற்றிக்கொண்டிருக்கிறது. உங்களுக்காக நான் பரிதாபப்படு கிறேன். உங்கள் வேதனைகள் மிகவும் மோசமானவைதான். ஆனால், அதிகமாக அவசரப்படாதீர்கள். இன்னும் ஒரு நாள், மிஞ்சிப்போனால், இரண்டு நாட்களில் நீங்கள் இறந்துபோவீர்கள்.

உங்களுக்கு அதிர்ஷ்டம் இல்லை. இந்த நோய், சிலரை மட்டுமே, மிகச் சிலரை மட்டுமே கொல்லும். ஆனால், வெறிநோய் என்னும் இந்தப் பெயரைக் கேட்டாலே போதும், பன்னெடுங்காலமாக நம் இரத்தத்தை அது உறையவைத்துவிடுகிறது.

ஆட்டிப்படைக்கும் இந்த அச்சத்திலிருந்து நம்மை விடுவிக்கக் கூடியவருக்கு பெரும் புகழ் கிடைப்பதோடு பொதுவாகவே எல்லோரும் அவருக்கு நன்றியுடையவர்களாக இருப்பார்கள்.

ஏற்கெனவே தொடங்கியிருந்தப் பணியில் பஸ்தேர் இணைந்து கொண்டார். அவருக்குமுன், இந்நோய் குறித்த ஆய்வில் இறங்கி பல நல்ல முடிவுகளை வேறு பலர் எட்டியிருந்தனர். எனினும், பஸ்தேர் இவ்விஷயத்தை முழுமையாகத் தன் கையில் எடுத்துக்கொள்வது என முடிவெடுத்தார்.

பியர் விக்தோர் கல்தியே என்பவர் கால்நடை மருத்துவர். தம் ஆசான்மீது பெரும் மதிப்புவைத்திருந்த அதேநேரம், அவருக்குத் தான் முயலினை ஆய்வுக்கு உட்படுத்தலாம் எனும் திட்டம் உதித் தது. வெறிநோயைப் பொறுத்தவரை அதில் உள்ள சிரமங்களில் ஒன்று அடைக்காக்கும் காலம். பல நேரங்களில் அது பல மாதங் களுக்கு நீடிக்கும். தங்கள் முன்னுள்ள பரிசோதனைக்கான கால் நடைகளை ஆய்வாளர்கள் ஆர்வமாகக் கவனித்தனர். முயல் விஷயத்தில் வேகமாக எதிர்விளைவு ஏற்படுவது தெரிந்தது. அதிக பட்சம் பதினெட்டு நாட்களில் அதன் உடலில் நோய் உண்டாகி விடுகிறது. 1881ஆம் ஆண்டிலேயே ஆடு ஒன்றுக்கு வைரஸ் செலுத்தி அதனைத் தொற்று நோயிலிருந்து கல்தியேதான் காப்பாற்றியிருக்க

வேண்டும் என்பதை எமில் ரூ (தன் ஆசானைவிட சுயநலம் குறைவானவர்) ஏற்றுக் கொள்கிறார்.

இவ்விஷயத்தில் பஸ்தேர் முன்னோடியாக இல்லாமல் இருக்கலாம். சிந்தனைகளை ஆராய்ந்து அவற்றை ஒன்றிணைத்து, அனுமானத்தின் உண்மைத்தன்மையையும் அளிக்கப்படும் சிகிச்சைகளின் நம்பகத்தன்மையையும் அறிவியல்பூர்வமாக நிறுவக்கூடிய ஆய்வுகளைக் கண்டுபிடித்த மேதைமை அவருக்கு இருந்தது.

மூளையை எட்டியவுடன் தான் வெறிநோய் முற்றுகிறது எனும் போது ஏன் அதனை முயல்களின் மூளையில் நேரடியாகச் செலுத்தி விடக்கூடாது?

குளோரோபாம் அதிகளவில் செலுத்தப்பட்டு ஆழ்ந்த தூக்கத்தில் இருந்த முயல்களின் மண்டையோடுகளில் துளையிடும் பணிகள் ஆய்வுக்கூடத்தில் தொடர்ந்தன.

முதலில் இருப்பதிலேயே அதிக சக்தியுள்ள வைரஸை உருவாக்க வேண்டும் எனும் முயற்சி.

ஆரோக்கியமான முயல் ஒன்றின் மண்டைக்குள் நோய்வாய்ப்பட்ட முயலின் மூளையில் இருந்து எடுத்த திரவப்பகுதியைச் செலுத்துதல். அடைகாக்கும் காலம் பதிநான்கு நாட்களுக்குக் குறைக்கப்பட்டது. இந்த ஆய்வினை மீண்டும் மீண்டும் இப்படி நோய்வாய்ப்பட்ட முயலிலிருந்து ஆரோக்கியமான முயலுக்கு எனச் செய்து பார்ப்போம். அடைகாக்கும் காலம் குறையும் வரை அப்படிச் செய்யலாம். இருபத்தியோராம் முயலின் முறை வந்ததும், எட்டு நாட்களுக்கு குறைக்கப்பட்டது. இதைக் காட்டிலும் சிறப்பாகச் செய்ய முடியாது. இவ்வாறு கிடைத்த வைரஸ் அதன் அதிகபட்ச வீரியத்தை அடைந்துவிட்டது என இதன்மூலம் கருத முடியும். லத்தீன் மொழியில் வைரஸ் என்பதற்கு விஷம் என்று பொருள்.

சரி, இப்பொழுது எப்படி மாற்றுப்பாதையில் செல்வது?

இலக்கு மிகவும் எளிமையானது. இதனைச் சாகாமல் தடுக்கும் பொருட்டு இந்த வீரியத்தைக் கொஞ்சம் கொஞ்சமாக நீர்க்கச் செய்ய வேண்டும். நோயின் அமைப்புமுறை வளர போதுமான சக்தியைத் தந்துகொண்டே, அதனைச் சில தற்காப்பு வியூகங்களின்மூலம் எதிர்த்துப் போரிட வேண்டும். இதுதான் அந்தப் புகழ்மிக்க தொற்று நோய்த் தடுப்பாற்றல்.

இங்கு மேலும் ஒரு காப்புரிமை சர்ச்சை புதிதாய் எழும்பக்கூடும். ஒரு நாள், எமில் ரூ இல்லாத நேரத்தில், முயல்களின் மஜ்ஜைகள் சில குடுவைகளில் இருப்பதைப் பஸ்தேர் பார்த்தார். அந்தக் குடுவைகளின் அடியில் பொட்டாசியம் இருந்தது. தன் சீடர் மேற்கொண்டிருந்த ஆய்வை உடனடியாகப் பஸ்தேர் புரிந்துகொண்டார். அதாவது, பொட்டாசியத்தின் மூலம் காற்றை உலர வைத்தல். இதன்மூலம் மஜ்ஜையில் உள்ள வைரஸ்களின் வீரியத்தில் ஏதேனும் மாற்றம் ஏற்படுகிறதா என்பதைத் தெரிந்துகொள்வது. வெறிநோய் குறித்து பஸ்தேருக்கு முன்னதாகவே ரூ தன் பணியைத் தொடங்கியிருந்தார் என்பதை மறந்து விடவேண்டாம். எது எப்படியோ, எவ்விதத் தயக்கமோ கூச்சமோ இன்றி இந்த அனுமானத்தை வைத்து பஸ்தேர் தன் ஆய்வை மேற்கொள்ளத் தொடங்கினார்.

ரூ ஒருபோதும் எதிர்ப்புத் தெரிவிக்கவில்லை. ஓரிரு வாரங்கள் ஆய்வகத்தில் இறுக்கமான சூழ்நிலை நிலவியபோதிலும், இலக்கைத் தவிர வேறு எதைப் பற்றியும் பொருட்படுத்தாத இயக்குநர் ஒருவரின் தலைமையில் ஆய்வுகள் துரிதமாக நடந்தன.

முதலில், பதினைந்து நாட்கள் உலரவைத்த முயலின் மஜ்ஜைகள், அதாவது ஏறக்குறைய தீங்கற்ற மஜ்ஜைகள் நாய் ஒன்றுக்குச் செலுத்தப்பட்டது. இப்படியே படிப்படியாகக் குறைத்து அன்று காலை இறந்த முயலின் மஜ்ஜைகளைச் செலுத்தும் வரை ஆய்வு தொடர்ந்தது.

அடுத்ததாக, நாயைக் கூண்டு ஒன்றில் அடைத்துவைத்தார். அந்தக் கூண்டில் ஏற்கெனவே வெறிநோய் கண்டிருந்த நாய்களும் இருந்தன. அவை புதிதாக உள்ளே வந்த நாய்மீது பாய்ந்தன. பயங்கரமாகக் கடிபட்டபோதிலும், அந்த நாய்க்கு வெறிநோய் தொற்றவில்லை.

1884ஆம் ஆண்டு ஜூன் மாதம் ஆய்வாளர்களின் நடவடிக்கை தீவிரமடைந்தது. மரி, தன் பிள்ளைகளுக்கு இவ்வாறு கடிதம் எழுதினார்:

உங்கள் அப்பாவிடம் எந்தவித மாற்றமும் இல்லை. என்னிடம் குறைவாகவே பேசுகிறார், குறைவாகவே தூங்குகிறார். விடியற்காலையிலேயே எழுந்துகொள்கிறார். சுருக்கமாகச் சொன்னால், இன்றுடன் முப்பத்தைந்து ஆண்டு காலம் முடியும் அவருடனான என் வாழ்க்கை அப்படியே தொடர்கிறது".

அதிக முயல்கள் தேவைப்பட்டுக்கொண்டேயிருந்தன. அதிக நாய்களும் தேவைப்பட்டன. ஆய்வுக்கு உட்படுத்தியதும் அவற்றை

நோய் கண்ட நாய்களால் கடிக்கவைத்தனர். அவை தாக்குப் பிடித்து விட்டால், "தடுப்பு மருந்து போடப்பட்டவை"யாகக் கருதப் பட்டன.

"வெறிநோய்க்குழு" ஒன்று ஏற்படுத்தப்பட்டது. அனைத்து அறிஞர் களையும் உள்ளடக்கிய அக்குழு, பஸ்தேரின் ஆய்வு முடிவுகளை ஏற்று, கொப்பனேக்கில் நடைபெறும் அகில உலக மருத்துவக் கருத்தரங்கங்களில் அறிவிக்குமாறு அவருக்கு ஒப்புதல் அளித்தது.

மீண்டும் ஒருமுறை அரங்கில் உள்ள அனைவரும் எழுந்து நின்று அவரைப் பாராட்டினர்.

தங்களால் இயன்ற அளவு நாய்களும் முயல்களும் பங்காற்றிய பிறகு, (எவ்வளவு வேதனைகளை அனுபவித்திருக்கும்) இறுதிக் கட்டம் காத்திருந்தது. அவற்றைக் காப்பாற்றியது மிகவும் சிறப் பானதுதான். ஒப்புக்கொள்கிறோம். எப்பொழுது உங்கள் ஆய்வு முறையை மனிதன்மீது கையாளப்போகிறீர்கள்?

மேலும் சில காலம் ஆய்வுகளைத் தொடர வேண்டும் என எமில் ரூ உள்ளிட்ட தன் உதவியாளர்கள்போல் நினைக்காமல், தான் தயாராக இருப்பதாகப் பஸ்தேர் உணர்ந்தார்.

தன் ஆய்வு முழுவதும், முழு திருப்தியடைய வேண்டும் எனும் மனித இயல்பு உட்பட எந்த உணர்வும் தன்னைப் பாதிக்காதவாறு பார்த்துக்கொண்டார்.

செப்டம்பர் மாதம், மிகத் தீவிரமான அபிமானிகளில் ஒருவரான பிரேசில் பேரரசரிடமிருந்து, பஸ்தேரின் ஆய்வுப்பணிகள் குறித்துக் கடிதம் ஒன்று அவ்ருக்கு வந்தது. அக்கடிதத்துக்கு பஸ்தேர் எழுதிய பதில் நடுங்க வைக்கக்கூடியதாகும்:

"என் ஆய்வு முடிவுகளின்மீது நான் நம்பிக்கை வைத்துள்ள போதிலும், அறிவியல் கழகத்தில் கடைசியாக நான் உரையாற்றிய நாளிலிருந்து எனக்கு ஏராளமான வாய்ப்புகள் கிடைத்தபோதிலும், மனிதன்மீது ஆய்வினை மேற்கொள்ள இதுவரை நான் எந்த முயற் சியையும் எடுக்கவில்லை. தோல்வியில் முடிந்தால் எதிர்காலம் பாழாகிவிடுமோ என மிகவும் யோசிக்கிறேன். முதலில், விலங்கு கள்மீது நிறைய வெற்றிகரமான ஆய்வுகளைச் செய்துமுடிக்க வேண்டும் என நினைக்கிறேன். அந்த விஷயத்தில், எல்லாம் நன்றாக நடைபெற்றுவருகின்றன. வெறிநாய் கடிக்குப்பின், நிறையநாய்கள் தாக்குப் பிடித்துள்ளதற்கான சான்றுகள் என்னிடம் உள்ளன".

“எனினும், என்னதான் நாய்கள்மீது நோய் தடுப்பு ஆய்வு முறைகளைச் செயல்படுத்தியிருந்தாலும், மனித இனத்துக்குச் செய்ய வேண்டும் எனும்போது என் கைகள் நடுங்குவதாக உணர்கிறேன்”.

“இந்தக் கட்டத்தில்தான் மனித இனத்தின் மிகப்பெரிய நன்மையைக் கருதி, நாட்டின் தலைமைப் பொறுப்பில் உள்ளவரின் உயர்ந்த சக்திவாய்ந்த நடவடிக்கையை மிகவும் பயனுள்ளவகையில் பயன்படுத்தலாம். நான் மன்னராகவோ, பேரரசராகவோ, குடியரசுத் தலைவராகவோ இருந்திருந்தால், மரணதண்டனை விதிக்கப்பட்ட கைதிகளைக் கருணை அடிப்படையில் மன்னிக்கும் உரிமையை நான் இப்படித்தான் பயன்படுத்துவேன். மரண தண்டனை நிறைவேற்றப்படும் நாளுக்கு முந்தைய நாள், அக்கைதியின் வழக்கறிஞரிடம் இரண்டு வாய்ப்புகளைத் தந்து ஒன்றைத் தேர்ந்தெடுக்கும்படிக் கூறுவேன். நிச்சயமான மரணம் அல்லது வெறிநோய்த் தடுப்பு மருந்தினை அந்தக் கைதிக்குத் தொடர்ந்து செலுத்திப்பார்த்து வெறிநோய்க்குத் தாக்குப் பிடிக்கும்படிச் செய்யும் ஆய்வுக்கு உட்படுத்துதல். இந்த ஆய்வுகள்மூலம் கைதியின் உயிர் காப்பாற்றப்படும். அப்படி அவன் உயிர் பிழைத்துவிட்டால்-உண்மையில் உயிர் பிழைத்திருப்பான் என உறுதியாக நம்புகிறேன்-அவனைக் குற்றவாளியெனத் தண்டித்த சமூகத்திற்கு உத்திரவாதம் அளிக்கும் விதமாக அவனை ஆயுள் முழுவதும் காவலில் வைத்துவிடலாம்”

“மரண தண்டனைக் கைதிகள் அனைவரும் இதற்கு உடன்படுவார்கள்”.

“மரணத்தை மட்டுமே அவன் கண்டு பயப்படுவான்”.

“இத்தகைய நடவடிக்கைகளுக்கு நான் அதிக முக்கியத்துவம் தருவதால் உங்கள் மேலான சமூகம் என் எண்ணங்களை ஏற்றுக் கொள்ளுமானால், என் வயது, உ । ல் நலம் ஆகியவற்றைப் பொருட்படுத்தாமல், இத்தகைய வெறிநோய்த் தடுப்பு, காலராத் தொற்று ஆகிய ஆய்வுகளைச் செய்யவும் அவற்றுக்கான சிகிச்சைகளையும் அளிக்கவும் நானே ரியோடி ஜெனெரோவுக்கு நேரில் வரத் தயாராக இருக்கிறேன்”.

“உங்கள் மேலான சமூகத்தின்மீது பெரும் மரியாதை வைத்துள்ள மிகவும் எளிமையான கீழ்ப்படிந்த ஊழியன்.....”.

இந்தக் கோரிக்கையை நிராகரித்த டாம்பெத்ரோ, அறிஞர் பஸ்தேருக்கு மனிதாபிமானத்தைக் குறித்து அழகானதொரு பாடமாகத் தன் பதிலை அனுப்பினார்:

“உங்களுக்குத் தெரிந்திருக்கும் என்று நினைக்கிறேன். சில ஆண்டு காலமாக எங்கள் நாட்டு அரசவை, மரணதண்டனையைக் குறைத் திருப்பதோடு காலவரையறையின்றி அதை நிறைவேற்றும் நடவடிக் கையை நிறுத்திவைத்துள்ளது. வெறிநோய்க்கான தடுப்பு மருந்து உறுதியான பலனை அளிக்காமல் போய்விட்டால், ஏறக்குறைய நிறைவேற்றப்படாமல் போகக்கூடிய மரணத்துக்குப் பதிலாக யார் தான் சாத்தியக்கூறுகளுடைய மரணத்தைத் தேர்ந்தெடுக்க விரும் புவார்கள்? ஒருவேளை, இதற்கு நேர்மாறாக நடந்துவிட்டால், நிகழும் என்று சொல்ல முடியாவிட்டாலும், அப்படி நேரக்கூடிய வாய்ப்புகள் உள்ள தற்கொலைக்கு யார் தான் ஒப்புக்கொள்வார்கள்?

★
★ ★

பிறகு நடந்தவை எதிர்பார்த்தது தான்.

அனைத்து அறிவியல் வரலாற்று நூல்களிலும் அடிக்கடி வாசித்திருக்கக்கூடிய அதுதான் இவர் வாழ்க்கையிலும் நடந்தது.

மத நடுவர்கள் குழுவில், தான் தவறாகக் கூறிவிட்டதாகக் கலிலியோ வருத்தம் தெரிவித்து, பூமியைப் போல் அசைவற்றது எதுவும் ஆகாயத்தில் இல்லை என்று கூறியபடி, “இருந்தாலும், அது சுற்றுகிறது” என முணுமுணுப்பதைத் தவிர்க்க அவரால் இயலவில்லை. அதே நிலையில் தான் பஸ்தேரும் இருந்தார்.

கீழே விழுந்து, அதன்மூலம் புவி ஈர்ப்புச் சக்தியை, நியூட்டனுக்கு உணர்த்திய ஆப்பிள் நிலையும் அதுதான்.

சிறியவர்முதல்பெரியவர்வரைஅனைவராலும்பாராட்டப்பட்டுப் பழங்கதையாகிப்போன அந்தச் சம்பவம் இதுதான்.

அல்சாஸ் மனதளவில் இன்னும் பிரஞ்சுத்தேசமாக உள்ள அழகிய பகுதி 1871ஆம் ஆண்டு ஏற்பட்ட தோல்விக்குப்பின் ஜெர்மனியால் அபகரிக்கப்பட்டது. இப்பகுதியில் “மெய்ஸோன்கூத்” என ஒரு காலத்தில் அழைக்கப்பட்ட கிராமத்தை ஆக்கிரமிப்பாளர்கள் “மெய்ஸான்காட்” எனப் பெயர் மாற்றம் செய்திருந்தனர்.

1885ஆம் ஆண்டு ஜுலை மாதம் 4ஆம் நாள், சூரியன் உதித்தபோது, இக்கிராமத்துக்கு காத்திருக்கும் புகழை அறியாமல் மற்ற எல்லா நாட்களைப் போல் அந்த நாளும் விடிந்தது. கிழக்கே வெளிச்சம். பின் மெல்லிய காற்று, அதுவும் கொஞ்சம் கொஞ்சமாகக் குறைந்து கொண்டிருந்தது. இப்பொழுது கோடைச் சூரியன் தன் முழு வெப்பத் தையும் உமிழ்ந்து பிரகாசித்தது. காற்றில் வண்டுகளின் ரீங்காரம்.

இதோ இளம் ஜொசேஃப் மேய்ஸ்ட்டர் முக்கிய சாலை வழியாக விசில் அடித்தபடி நடந்து வருகிறான். ரொட்டிக்கடை வைத்திருக்கும் அப்பாவுக்காக ஈஸ்ட் வாங்க போய்க் கொண்டிருக்கிறான்.

திடீரெனப் மளிகை கடைக்காரர் திரு. வொனேயின் நாய் அடக்கமான அந்தப் பையன்மீது பாய்ந்து, அவனது வலது கைகளையும், தொடைகளையும் மூர்க்கமாகக் கடித்துவிடுகிறது.

எங்கும் பரபரப்பு பரவியது. கிராமம் முழுவதும், ''வெறிநோய்! வெறிநோய்! என்ற பேச்சுதான் வலம் வந்தது. கோபமாகக் காணப்பட்ட அந்த நாய், தன் உரிமையாளர் மீதும் பாய்ந்தது. கடைசியில், அதனை அடித்துக் கொன்றனர். பரிதாபத்துக்குரிய ஜொசேஃப் தள்ளாடிக்கொண்டிருந்தான். வெபர் என்ற சிறந்த மருத்துவரிடம் அவனை அழைத்துச் சென்றனர். அவனது காயங்களில் உள்ள கிருமிகளை நீக்கிச் சுத்தப்படுத்தியதோடு திருப்தியடையாமல், அவனைப் பாரீசுக்கு அனுப்பிவைக்க முடிவெடுத்தார். அங்கு பெரிய அறிஞர் ஒருவர் இருக்கிறார். அவர் அவனுக்கு என்ன சிகிச்சை அளிப்பது என்று தெரிவிப்பார் எனக் கூறினார்.

இப்படித்தான், ஜூலை மாதம் 6ஆம் நாள் மிகவும் அச்சத்தோடு காணப்பட்ட மூன்று பேர், யுல்ம் வீதியில் உள்ள ஆய்வகத்தின் வாசலில் காத்திருந்தனர். ஜொசேஃப், அவனுடைய தாய், நாயின் உரிமை யாளர் ஆகியோர்தான் அந்த மூவர். நாயின் உரிமையாளரிடம் பேசிய பஸ்தேர், ''நீங்கள் அணிந்திருந்த உடைகள் உங்களைக் காப்பாற்றியிருக்கின்றன. பல் பதிந்ததற்கான எந்தவித தடயமும் தோலில் இல்லை. நீங்கள் வீட்டுக்குப் போகலாம்'' என ஆறுதல் கூறி உடனடியாக அவரை அனுப்பிவைத்தார். ஜொசேஃப்பைப் பொறுத்தவரை, ஆய்வகத்தோடு இணைந்திருந்த ரோலன் பள்ளியின் அறை ஒன்றில், அவனைத் தங்கவைக்க ஏற்பாடு செய்யப்பட்டது.

குழு ஒன்றுகூடி விவாதித்தது.

முடிவு எடுத்தாக வேண்டும்-அதுவும் சீக்கிரமாக.

சிறுவனுக்குச் சிகிச்சை அளிப்பதா, இல்லையா?

நாம் ஆயத்தமாக இருக்கிறோமா? நாம் மேற்கொண்ட ஆய்வுகள் போதுமான அளவு நமக்கு நுட்பங்களைச் சேர்த்து வைத்துள்ளனவா? ஒரு நாய் அல்லது முயல் ஆகியவற்றிடம் கண்ட அதே பின் விளைவுகளை மனிதனிடமும் காணமுடியும் என்பதில் நாம் உறுதி யாக இருக்கிறோமா?

அல்சாஸைச் சேர்ந்த பரிதாபத்துக்குரிய அச்சிறுவன், அதனால் பாதிக்கப்படுவான் என்றபோதிலும், நாம் இதில் அதிக கவனம்

செலுத்த வேண்டும் எனும் தன் கொள்கையில் எமில் ரூ தொடர்ந்து உறுதியாக வாதிட்டுக்கொண்டிருந்தார். விஷயம் மிகவும் கடுமை யானது என்று மீண்டும் கூறிய அவர், இதில் நேரக் கூடிய தோல்வி இதுவரை ஆண்டுக்கணக்கில் நடைபெற்றுள்ள ஆய்வுகளைச் சிதைத்து விடும். நம்மீது அவச்சொல் ஏற்படும்படி செய்துவிடும் என்றும் சுட்டிக்காட்டினார்.

எனினும், பஸ்தேர்தான் தலைவர். அவர் செயலில் இறங்க விரும்பினார்.

ஆலோசனைக்கென பஸ்தேர் அழைத்திருந்த இரண்டு மருத்துவ ஆளுமைகளும் அவரது திட்டத்தை வழிமொழிந்தனர். குழந்தைகள் நோய் பிரிவின் தலைவர் ஜொசேஃப் கிரான்ஷேர், பிரபல நரம்பியல் வல்லுநர் ஆல்ஃபிரட் வுயில்பியான் ஆகியோர் தான் அந்த இருவர்.

சிறுவன் மேய்ஸ்டருக்கு ஜுலை மாதம் 6ஆம் நாள் இரவு, முதல் ஊசி போடப்பட்டது. இரண்டு வாரங்களுக்குமுன் இறந்த முயலின் மஜ்ஜையினை ஒரு குடுவையில் ஊறவைத்து உலர்த்தியபின் அதிலி ருந்து எடுக்கப்பட்ட திரவம்தான் ஊசிமூலம் செலுத்தப்பட்டது.

அடுத்து வந்த ஒவ்வொரு நாளும் படிப்படியாக நாட்கள் குறைக் கப்பட்ட, அதாவது வீரியம் குறைந்தத் திரவம் ஊசிமூலம் செலுத்தப் பட்டது.

சிறுவன் ஏதோ விடுமுறையைக் கழிக்க வந்தவன்போல் இருந் தான். அவனுக்கு அளிக்கப்படும் சிகிச்சை சில நிமிடங்களே நீடித்தது. மேலும், அவனுக்கு அதிக வலியைத் தரவில்லை. மற்ற நேரங்களில் ஆய்வகத்தில் உள்ள விலங்குகளோடு விளையாடிப் பொழுதைக் கழித்துக்கொண்டிருந்தான்.

அறிவியலறிஞர்கள் அங்குத் தங்கியிருந்த அச்சிறுவனைத் தொடர்ந்து கண்காணித்தபடி இருந்தனர். அவனது நடவடிக்கையில் ஏற்படும் சின்னஞ்சிறு மாற்றம் உட்பட அவனது அசைவுகளைக் கவனித்து அவற்றுக்கான காரணங்களை அலசியபடி இருந்தனர்.

“நேற்றைவிட கொஞ்சம் வெளுத்து இருப்பது போல் தெரிய வில்லை?”

“அதோ, அவன் தடுமாறுகிறான். அப்படித்தானே?”

“இப்படி வேகமாக அசைவது, தீங்கான அறிகுறி இல்லையே?”

“எல்லாம் இருக்கட்டும். அவன் விளையாட்டுப் பையன்”.

“சரி, அவனுக்குக் காய்ச்சல் இருந்தால்...?”

“இருக்காது. ஏனென்றால் அவனுடைய உடல் வெப்பம் சீராக உள்ளது”.

“பார்த்தீர்களா? கடைசியில், அதோ உதடுகளின்மீது வியர்வை. இன்று பகல் அவனுக்குச் சரியாகப் பசி எடுக்கவில்லை”.

சிகிச்சையில் முன்னேற்றம் ஏற்பட ஏற்படப் பதற்றம் அதிகரித்தது. ஏனெனில், ஊசியில் ஏற்றப்படும் திரவத்தின் வீரியம் உயர்ந்து கொண்டே வந்தது.

எப்பொழுதும் போல், பஸ்தேரின் பதற்றங்களை மிக அருகிலிருந்து கவனித்துக்கொண்டவர் மனைவி மரி தான்.

“என் இனிய பிள்ளைகளே, உங்கள் தந்தைக்கு மேலும் ஒரு மோசமான இரவு. கடைசிக் கட்டமாக, இச்சிறுவன்மீது சிகிச்சை அளிக்கும் எண்ணத்தில் அவருக்கு முழு மனதில்லை. எனினும் இப்பொழுது, இதனை செயல்படுத்தியாக வேண்டும்”.

ஜுலை மாதம் 16ஆம் நாள். காலை 11 மணி. கடைசி ஊசி. நோய் வாய்ப்பட்ட முயலிலிருந்து அதற்கு முன்நாள்தான் எடுக்கப்பட்ட மஜ்ஜையின் திரவம். எந்த விலங்கினையும் ஒரே வாரத்தில் அப்படிக் கொல்லக்கூடாது. பரிசோதனைக்காக அடைக்கப்பட்டுள்ள தன் நண்பர்களான மூஞ்சூறுகள், முயல்கள், நாய்கள் ஆகியவற்றோடு விளையாட ஜொசேஃப் மீண்டும் சென்றுவிட்டான்.

பஸ்தேரும் புறப்பட்டுவிட்டார்.

எவ்விதப் பொறுப்பையும் தட்டிக் கழிக்காதவர், பிரச்சனைகளைத் துணிச்சலாக எதிர்கொள்பவர், பணியைத் தவிர வேறு எதையும் அறியாதவர், ஓய்வு என்றால் என்னவென்றே தெரியாதவர், இத்தகைய இயல்புகளுடைய பஸ்தேர் எல்லா எதிர்பார்ப்புகளுக்கும் மாறாக, நியாயங்களுக்கும் மாறாக மருத்துவர் கிரான்ஷேயிடம் சிறுவனை ஒப்படைத்துவிட்டு வெளியூருக்குப் புறப்பட்டார்.

அது அனைத்து விஷயங்களும் தொடர்புடைய முக்கியமான காலகட்டமாகும். நோயாளி குணமடைந்து கிடைக்கக்கூடிய புகழ் அல்லது அவன் இறந்து அதனால் இவருக்கு எதிராக எழக்கூடிய அமளி. தன் வாழ்க்கையின் இத்தகைய முக்கியத்துவம் வாய்ந்த சூழ்நிலையில்தான் முறையான விடுமுறையில் செல்ல பஸ்தேர் முடிவு செய்தார். அவாலோன் அருகில் உள்ள புர்கோஞ் பகுதியில் வசிக்கும் தன் மகளுடன் போய் தங்கினார். குடும்பத்தோடு இயற்

கைக் காட்சிகளைக் கண்டு ரசித்ததுடன், மலையில் அமைந்துள்ள வரலாற்றுச்சிறப்புமிக்க இடங்களையும் பார்வையிட்டார். இரண்டாம் சிலுவைப் போரில் பங்காற்றிய பெர்நார் தெ கிலேர்வோ தொடர்புடைய வெஸ்லே ஆலயமும் அவற்றுள் அடங்கும்.

நாள்தோறும், காலையில் பஸ்தேருக்கு உதவியாளர் கிரான்ஷே அறிக்கை ஒன்றை அனுப்பிவைப்பார். அதில் எல்லாம் நல்லவிதமாக நடைபெற்று வருகிறது எனும் வாசகம் இருக்கும்.

கடக்கும் ஒவ்வொரு நாளும் வெற்றிதான். கொஞ்சம் பரபரப்பு குறைந்தது. கொஞ்சம் நம்பிக்கை பெருகியது.

சிறிது கால சுற்றுலாப் பயணத்துக்குப்பின் அர்புவாவுக்கு பஸ்தேர் திரும்பினார். அங்கு ழொசேஃப் எழுதிய கடிதம் அவருக்காகக் காத்திருந்தது.

புறப்படுவதற்கு முன்பாக, ஏற்கெனவே அஞ்சல்தலை ஒட்டப் பட்ட சில கடிதங்களை அவனுக்கென அவர் தயாரித்துக் கொடுத் திருந்தார்.

"இனிய பஸ்தேர் அய்யா அவர்களுக்கு, நான் நலமாக இருக் கிறேன். நன்றாகத் தூங்குகிறேன். நன்கு பசியும் எடுக்கிறது".

ஜுலை மாதம் 27 ஆம் நாள் இறுதியாக ஓர் ஆய்வு செய்தபின், ழொசேஃப் நல்ல நிலையில் இருப்பதாகக் கிரான்ஷே முடிவு செய்து, அவனை வீட்டுக்குச் செல்ல அனுமதியளித்தார்.

அவனை வெறிநாய் கடித்து ஒரு மாதமாகப்போகிறது.

அர்புவா.

1885ஆம் ஆண்டின் ஆகஸ்ட் மாதத்தைக் கற்பனை செய்து கொள் ளுங்கள்.

பஸ்தேருக்கு மற்ற கோடைகளைப்போல் இதுவும் ஒன்று.

தினமும் காலையில் வீட்டின் தரைதளத்தில் உள்ள பெரிய கூடத்தில் பலரையும் அவர் சந்தித்தார். அவருடைய பார்வை யாளர்களில்தான் எத்தனை வகையினர்! இளைஞர்கள், வயதான வர்கள், ஆண்கள், பெண்கள், படித்தவர்கள், பாமரர்கள், ஏறக்குறைய வசதி படைத்தவர்கள், முற்றிலுமாக ஏழைகள். ஆனால், அவரைப் பார்க்க வந்தவர்களின் நோக்கத்தில் என்ன ஓர் ஒற்றுமை! எல்லோருமே ஒரே விஷயத்தைத்தான் கேட்க வந்திருக்கின்றனர். செல்வாக்கு

மிக்கவர்களின் நண்பரான இந்தப் பெரிய மனிதரின் சிபாரிசுதான் அது. எல்லாவற்றுக்கும் சிபாரிசு. எடுத்ததற்கெல்லாம் சிபாரிசு. மாற்றல், விருது, பணி உயர்வு, நியாயமற்ற முடிவை ரத்துசெய்தல்.. "உங்களுக்குத்தான் தெரியுமே, விதவையானதிலிருந்து மிக முனைப் புடன் இருக்கும் பெண்மணியான என் சகோதரியின் மகன் ஒகுயிஸ் துக்கு உதவிப்பணம் பெறுதல்" இப்படிப் பலர்.

பஸ்தேர் தலையை அசைப்பார். அவர்கள் மீது பரிதாபம் கொள்வார். வாக்குறுதி எதுவும் அளிக்காமல் ஆவன செய்வதாக உறுதி கூறுவார். "என்னால் முடிந்ததைச் செய்வேன். உங்களுக்குப் போலியான மகிழ்ச்சியைத் தர விரும்பவில்லை" எனக்கூறி வழி யனுப்புவார். அவர்கள் பஸ்தேருக்கு நன்றி கூறிச் செல்வார்கள். சிலர் அவரிடம் "வெறிநோய் என்ன ஆயிற்று?" என்று விசாரிக்கவும் துணிவார்கள். "நல்ல முன்னேற்றம். நன்றி". எனச் சொல்லி வாசல் வரை சென்று வழியனுப்பி வைப்பார். "அடுத்தவர் யார். திரு. பெர்த்தியே, ஓ! நம் உறவினரா?"

நண்பகல் சரியாகப் பன்னிரண்டு மணியானதும் பக்கத்தில் உள்ள அறைக்குச் சென்று குடும்பத்துடன் உணவு சாப்பிடுவார். ரொட்டியினை வெட்டி பஸ்தேர் எல்லோருக்கும் வழங்குவார். பருவநிலை நன்றாக இருந்தால், தோட்டத்தில் கண்கள் மீது தொப்பி மறைத்திருக்க பகல்தூக்கம். குயிசான்ஸ் நதியின் அலையோசையை விட தாலாட்டு வேறு என்ன இருக்க முடியும்?

பிறகு, இரவுவரை, முதல் தளத்தில் உள்ள ஆய்வகத்தில் பணி நடைபெற்றுக் கொண்டிருக்கும் ஆய்வுகளைப் பற்றி ஓர் அலசல். இந்தத் துடிப்புமிக்க பணியில் ஈடுபட்டுள்ள உதவியாளர்களுடன் கலந்துரையாடல், சிந்தனைகள், புதிய அனுமானங்கள்.....

இந்த உயிரின் இயங்கு முறையில் எத்தனையோ புதிர்கள் நீடிக் கின்றன. மரணத்தின் கூறுகளோடு போரிட வேண்டிய எத்தனையோ போர்க்களங்கள் இன்னும் உள்ளன.

இரவு உணவு. மிகவும் சுருக்கமானது.

மீண்டும் பணி. இரவில் நீண்ட நேரம் வரை நீடிக்கும். மேலும், தூங்கி என்ன பயன்? தூக்கம் என்னைத் தவிர்ப்பதென முடிவெடுத்து விட்டது. என்னை வெறுக்கும் அளவு அதற்கு நான் என்ன செய்து விட்டேன்?

1885ஆம் ஆண்டில் நிலவிய கோடையின் தனித்துவத்தை புரிந்து கொள்ள அவர் கழித்த தூக்கமற்ற இரவுகள் போதுமானவையாகும்.

காலம் முக்கியம். பொழுது புலரும் நேரம். இன்னும் நான்கு, ஐந்து மணிநேரத்தில் தபால்காரர் வரும் நேரம். மேலும் இரண்டு மணி நேரம் கழித்து வருவாரோ. ழொசேஃப் குறித்த தொடர்ந்து நல்ல் செய்திகள் வந்தால், வெறிநோயினை வெல்வதில் மேலும் ஓர் அடி எடுத்துவைத்தது உறுதியாகும்.

இன்று 20ஆம் நாள். பிறகு, ஆகஸ்ட் மாதம் 25ஆம் நாள். நாய்க்கடி நேர்ந்து இரண்டு மாதமாகப்போகிறது. இன்னும் சில நாட்களில் நிகழப்போகும் இச்சம்பவம் மிகவும் முக்கியத்துவம் வாய்ந்தது. அறிவியலாளர்களைத் தாண்டி, ஒட்டுமொத்த உலகினையே அது உலுக்க இருக்கிறது. வெறி நோயினை வென்றாகிவிட்டது! யாருடைய தயவால்? பஸ்தேராகிய என்னுடைய தயவால், ஆமாம். உண்மைதான்.

உங்கள் முறையீடுகளைப் பரிவோடு கேட்கும் தன் பிள்ளைகளுக்கு ரொட்டித்துண்டு வெட்டிக் கொடுக்கும், பகல் உணவுக்குப்பின், தன் வயதுடையவர்கள் போலவே கண்கள்மீது தொப்பியை வைத்தபடி ஆற்றோரமாகத் தூங்கிக்கொண்டிருக்கும் வயது முதிர்ந்த இதே மனிதர்தான்.

ஆனாலும், பஸ்தேர் அமைதியாக இருந்தார்.

வழக்கத்திற்கு மாறாக, எவ்விதமான வெற்றி அறிவிப்பும் இல்லை. மேலும், அது கோடைக்காலம், சூரியனைத் தவிர எல்லாவற்றையும் எல்லோரும் கேலி செய்யும் நேரம். அறிவியல் கழகமும் மூடியிருந்தது.

இலையுதிர் 'காலம் வரட்டும் என எதிர்பார்க்கப்பட்டது.

அக்டோபரின் மையப்பகுதி. அர்புவாவிலிருந்து திரும்பியவுடன் ஒன்றுமே நடக்காததுபோல் பணியில் ஈடுபட்டிருந்த ழொசேஃப் தொடர்ந்து உடல் நலத்துடன் உற்சாகமாக இருக்கிறான். பஸ்தேருக்கு தன் இனிய ழுய்ரா பகுதியிலிருந்து கடிதம் ஒன்று கிடைக்கிறது. வியயே ஃபார்லேயின் மேயர், கீழ்க்குறித்துள்ள பயங்கரமான சம்பவத்தை அவருக்கு விவரித்திருந்தார் :

“மேய்ச்சல் நிலம் ஒன்றில் தங்கள் மந்தைகளுடன் ஆடு மேய்க்கும் ஆறு சிறுவர்கள் இருந்துள்ளனர். திடீரென, அந்தப் பக்கமாக வாயில் நுரையுடன் வந்த நல்ல உயரமான நாய் ஒன்றை அவர்கள் பார்த்துவிட்டு, “பைத்தியம் பிடித்த நாய்” எனக் கூச்சலிடுகின்றனர். அவர்களுக்குப் பைத்தியம் என்பதற்கு வெறிபிடித்த என்று அர்த்தம். அவர்கள் பார்த்துக்கொண்டிருக்கும்போதே, அந்த நாய் பாதையைவிட்டு விலகி

அவர்கள்மீது பாய வந்துள்ளது. அச்சிறுவர்களில் பெரியவனான 15 வயதுடைய ஜெ.பி. ழுய்ப்பிய் தன் நண்பர்களைப் பாதுகாக்க விரும்பியிருக்கிறான்.கையில் இருந்த சாட்டையுடன் அந்த நாயை நோக்கி நேராக நடந்திருக்கிறான். ஒரே தாவில், ழுய்ப்பிய் மீது பாய்ந்த நாய் அவனது இடதுகையினைக்கடித்துவிட்டது. நடந்தசண்டையில், ழுய்ப்பிய் ஒருவழியாக நாயைக் கீழே தள்ளினான். பிறகு, நன்றாகக் கிடுக்கியில் அகப்பட்டது போல் நாயின் வாயினுள் மாட்டிக் கொண்டதன் இடது கையை வெளியில் எடுக்க அவனது வலது கையால் நாயின் வாயைத் திறந்துவிட்டான். அப்படிச் செய்வதில் அவன் வெற்றிபெற்றுவிட்டாலும், வலது கையிலும் மோசமான நாய்க் கடி. தொடர்ந்து சண்டையிட்டான். நாயின் கழுத்தைப் பிடித்துவிட்டான். சண்டையின்போது அவனது சாட்டை கீழே விழுந்துவிட்டது. அவனுடைய தம்பியைக் கூப்பிட்டான். அவன் மெதுவாக வந்து அங்குக் கிடந்த சாட்டையை எடுத்துக் கொடுத்தான். சாட்டைக் கயிறினால் நாயின் வாயை ழுய்ப்பிய் கட்டியுள்ளான். பிறகு மண் வெட்டியை எடுத்து அதன் உயிர் போகும் வரை அடித்துக் கொன்றிருக்கிறான். கடைசியில், இதற்கு மேல் அது யாரையும் கடிக்காது, நகர முடியாது என உறுதியான போதிலும் நிலத்தையொட்டிப் பாயும் ஓடை வரை அதனை இழுத்துச் சென்று அதன் தலையை நீண்ட நேரம் தண்ணீரில் முங்கியிருக்கிறான்''.

சாகசம் புரிந்த இந்த இளம் வீரனுக்குப் பஸ்தேர் சிகிச்சை அளிப்பாரா?

நாம் எதிர்பார்த்த பதில்தான்.

“அவன் வரட்டும். என் அருகில் ஓர் அறையில் அவனை தங்க வைத்துக் கவனிக்கிறேன். ஆனால், விரைவாக வாருங்கள். காயம் ஏற்பட்டு இரண்டே நாட்களான ஜொசேஃப்புக்குச் சிகிச்சை அளித்துள்ளேன். இந்த விஷயத்தில் நீங்கள் எவ்வளவு சீக்கிரம் புறப்பட்டு வந்தாலும் ஆறு நாட்கள் கடந்திருக்கும்''.

ழுய்ப்பிய்க்குச் சிகிச்சை அளிக்கப்பட்டது.

ழுய்ப்பிய் காப்பாற்றப்பட்டான்.

உற்சாகம் கரைபுரண்டது. இனி அவருக்குத் தடைபோட எதுவும் இல்லை. அக்டோபர் 26ஆம் நாள், அறிவியல் கழகத்தின் முன்பாக, மேய்ஸ்டருக்குத் தான் அளித்த சிகிச்சை குறித்தும் அதன் முழு வெற்றி குறித்தும் பஸ்தேர் விவரித்தார். ஆரவாரங்கள். பிரபுலர்ரேயின் கோரிக்கை ஏற்கப்பட்டு, மாடு மேய்க்கும் சிறுவன் ழுய்ப்பிய்க்குப் பெரும் ஆரவாரத்திற்கிடையே கடமையுணர்வுக்கான பரிசு ஒன்று அறிவிக்கப்பட்டது. அடுத்தநாள் முதல், “நாய்க்கடி ஏற்பட்டவர்கள்”

யுல்ம் வீதிக்கு வரத்தொடங்கினர். பிரான்ஸ் முழுவதிலும் இருந்து வந்தனர். விரைவில், உலகின் பல பகுதிகளிலிருந்தும் மக்கள் வந்தனர். நியுயார்க் ஹெரால்ட் செய்தித்தாளில் அறிவிக்கப்பட்ட உதவித்தொகையின் பலனாக நான்கு அமெரிக்கச் சிறுவர்கள் அட்லாண்டிக் கடலைக் கடந்து வந்தனர். எல்லோரும் காப்பாற்றப் பட்டு ஊர் திரும்பியபோது, நாடே கொண்டாடியது. முக்கிய செய்தியாக இது வெளியானது. இப்பொழுது, ரஷ்யாவின் மையப் பகுதியான ஸ்மோலென்ஸ்க் எனும் நகரில் இருந்து வெறி பிடித்த ஓநாயால் கடிபட்ட பதினெட்டு ரஷ்ய கிராமவாசிகளும் அவர்களது பங்குத்தந்தையும் சிகிச்சைக்காக வந்தனர். அவர்களில் பதினாறுபேர் காப்பாற்றப்பட்டனர்.

மூன்றாம் அலெக்ஸாண்டர் என்னும் மன்னர், பஸ்தேருக்கு சேந்தான் என்னும் உயரிய விருதினை வழங்கினார்.

மே மாத நிகழ்வுகளுடன் இந்நோய்க்குள்ள நிரூபிக்கப்பட்ட தொடர்பு ஒருபுறமிருக்க, 1968ஆம் ஆண்டில் பிரான்ஸில் உள்ள நரிகளை வெறிநோய் கடுமையாகத் தாக்கியது. விலங்குகளுக்கு விஷம் வைத்துக் கொல்லுதல், அவற்றைப் பிடிக்கக் கண்ணிகளை வைப்பது என எதுவும் இந்தப் பேரழிவுக்கு முற்றுப்புள்ளி வைக்க இயலவில்லை. உரிய பலனை அளிக்கக்கூடிய அளவில் புதியதாய் ஒரு திட்டத்தைச் செயல்படுத்த இருபது ஆண்டுக் காலம் காத்திருக்க வேண்டியிருந்தது. அதுதான் தடுப்பூசிகள் எனும் கண்ணிகளை ஹெலிகாப்டர்மூலம் பரவலாக வீசும் முயற்சி.

முய்ரா பகுதியில் உட்பூசல்

1665ஆம் ஆண்டிலிருந்து ஒவ்வொரு செப்டம்பர் மாதமும் முதல் ஞாயிற்றுக்கிழமையன்று அர்புவா வட்டாரத்தின் மக்கள், சேன் முயிஸ்த்துக்குத் தங்கள் திராட்சை அறுவடையின் முதல் கனியை அளிப்பது வழக்கம். பியூ என்னும் ஏராளமான செழித்த திராட்சை பழங்கள் கொண்ட கிளையைத் தேவாலயத்தின் வாசல்வரை கொண்டு செல்வார்கள். இசைக்குழுவினர் அதற்கு முன்பாகப் போவார்கள். கூட்டம் அந்த திராட்சைக்கொடிக்குப் பின்னால் செல்லும். இப்படித்தான், பைபிளில் (எண் ஆகமம் 13, வசனம் 20- 24) மோஸஸின் தூதர்கள், தங்கள் தேடுதல் பயணத்துக்குப் பிறகு அருமையான திராட்சைகளோடு திரும்பி வந்தனர். இச்சடங்கைச் செய்வதன்மூலம், வாக்களிக்கப்பட்ட உலகம் இருப்பதை அவர் கள் நிரூபித்துக்கொண்டிருக்கின்றனர்.

1885ஆம் ஆண்டு செப்டம்பர் மாதம்; இந்த ஊர்வலத்துக்குத் தலைமை தாங்கும் பெருமை பஸ்தேருக்கு அளிக்கப்பட்டது.

ஊர்வலம் திரும்பி வரும்போது, திடீரென குளிர்ந்த நீர்த்திவலை இவர்மீது தெளிக்கப்பட்டது. இந்தப் பெரிய மனிதரை நாம் நீராட்டு வதுதான் சரி என்ற வேடிக்கையான எண்ணம் அங்கு வந்த தீயணைப்பு வீரருக்கு ஏற்பட்டுவிட்டது.

சிலருக்கு ஆச்சரியம் சிலருக்கு கோபம். இதைக் கண்ட அவரு டைய மருமகன் வலேரி ரதோ, "எங்கும் இவரைப் போற்றுகிறார்கள். இங்கோ இவரை அவமதிக்கின்றனர்" எனக் கூச்சலிட்டார்.

எல்லோருக்குமே ஆச்சரியம்தான். எப்படி இது சாத்தியம்? பஸ்தேர் எல்லோராலும் விரும்பப்படுபவர் இல்லையா?

அந்த நல்லவர்களுக்கு அர்புவாவையும் நீண்ட நாட்களாக அர்புவாவில் நிலவி வரும் அரசியலையும் சரியாகத் தெரியாது.

இந்த நம்பிக்கைத் துரோகத்தின் தொடக்கம் பதினோரு ஆண்டு களுக்குமுன் நடந்தது. அப்போது, பள்ளியில் நடந்த பரிசளிப்பு விழாவின்போது பஸ்தேர் உரையாற்றினார். அதில், பகுத்தறிவாளர் களைச் சாடியிருந்தார். சம்பந்தப்பட்டவர்கள் மிகவும் சீற்ற மடைந் தனர். அப்படியானவர்கள் பிரான்ஸின் சிறிய நகரமான அங்கு நிறையவே இருந்தனர்.

சில காலம் கழித்து செனெட் தேர்தலில் போட்டியிடப் பஸ்தேர் சம்மதித்தார். அறிவியலின் நோக்கத்திற்காகப் பாராளுமன்றத்தில் மேலும் சிறப்பாக வாதிட முடியும் எனும் நம்பிக்கையே தவிர வேறு எந்த குறிப்பிட்ட எதிர்பார்ப்பும் அவருக்கு இல்லை. அவர் எந்தக் கட்சியையும் சாராதவர். ஆளும் அரசர்மீது அவருக்குள்ள விருப் பத்தை அறிந்த மரபுவழிப்பற்றாளர்கள் அனைவரும் அவர் பக்கம் நின்றனர்.

பஸ்தேருக்கு வந்திருக்கும் புகழுக்கான இந்தப் புதிய பசியை எங்கும் கேலி செய்யலாயினர்.

பஸ்தேரைப் பார்க்கும்போது, "தன்னிச்சையான உற்பத்திக் கோட்பாட்டுக்கு ஒரு சான்று கிடைக்கும். சூன்யத்திலிருந்து செனட் உறுப்பினர் தோன்ற முடியும்" என்று கூறினர்.

தோல்வி மிகவும் அவலமாக இருந்தது. அவருக்கு ஆதரவாக அறுபத்தி இரண்டு வாக்குகள் மட்டுமே கிடைத்தன. மாறாக, அவரைத் தோற்கடித்தவர்கள் முறையே 446 வாக்குகளும் 445 வாக்கு களும் பெற்றிருந்தனர். அவர்கள் தமிசியே, துய்ரேல் ஆகியோராவர். அவர்களுக்குக் கிடைத்த ஒரே புகழ்மிக்க பதவி அது மட்டும்தான்.

அவர்கள் பெற்றிருந்த ஒரே சிறப்பு, எதிர்காலத்தில் தலைவராகப் போகும் ழூயில் கிரேவியின் ஆதரவைப் பெற்றிருந்தது மட்டு மேயாகும். குடியரசுக்கட்சியின் பெரும் ஆதரவாளரான ழூயில் உள்ளூர் மனிதர் மட்டுமின்றி அனைத்து அதிகாரங்களையும் கொண்டவர்.

இதனைச் சுருக்கமாகவும் எளிமையாகவும் இப்படிக் கூறலாம். அர்புவா நகரின் பாதி பேர் அவரை விரும்பினர். அவர்மீது மரியாதை

வைத்திருந்தனர். ஆனால் மீதி மக்களைப் பஸ்தேர் எரிச்சலடையச் செய்தார்.

இதற்கிடையில், 1885ஆம் ஆண்டு வசந்த காலத்தில் புவாலே என்பவர் மேயராகத் தேர்ந்தெடுக்கப்பட்டார். தீவிர பகுத்தறிவாள ரான அவர், பள்ளியில் பஸ்தேர் தெரிவித்த கருத்துக்களை மறக்க வில்லை. கடும் மத எதிர்ப்பாளரான அவரால், மனிதன் தன்னந் தனியாக உழைத்து வியர்வை சிந்தி பயிரிட்டுக் கொண்டுவந்த திராட்சைகளைக் கடவுளுக்கு, அதைவிட மோசமாக, மதகுருவுக்குப் படைப்பது என்பதைப் பொறுத்துக்கொள்ள முடியவில்லை.

எனவே, இரண்டு பெரும் காளைகளுக்கு இடையே மோதல் ஏற்பட்டது.

மதச்சார்பற்ற காளை நகரமன்றத்தின் பிரம்மாண்டமான திராட் சைக் கொத்தை லிபர்ட்டி சதுக்கத்தின்மீது வைக்கிறது.

மரபார்ந்த, அதாவது, மதநம்பிக்கையுடைய காளையோ, வழக்கம் போல் தேவாலயத்துக்குச் செல்கிறது.

வாக்குவாதம் முற்றுகிறது. இரண்டு உள்ளூர்ச் செய்தித்தாள்கள் ஒன்றையொன்று அவமதித்துக்கொள்கின்றன. அவை: லெ கரியோன் (குடியரசுக்கட்சி), அபெய் மூய்ராசியன் (மரபுவழியைப் பின்பற்று பவர்கள் கட்சி).

துண்டறிக்கைகள் அதிக அளவில் வெளிவந்தன.

"குடிமக்களே, எப்படி உங்களால் இதனை நம்பமுடிகிறது? புரட்சிக்குப்பின் ஒரு நூற்றாண்டு கடந்த பிறகு, மொட்டையடித்த ஒருவர், ஓய்வு பெற்ற பொறியியலாளர் ஒருவர், பக்கவாதத்தால் பாதிக்கப்பட்ட அறிவியல் அகாதமி நபர் ஒருவர், தேர்ந்தெடுத்த பொய்யர் ஒருவர், இத்தனை பேரும் சேர்ந்து பெரிய மனிதர்கள் எனப் பாவனை செய்துகொண்டு, சிறப்பு மதகுருவிடம் பிரம்மாண்ட திராட்சைக்கொத்தினைக் கொடுக்கப்போகிறார்கள்......"

"மேற்படி மரம் அல்லது திராட்சைக்கொத்தினை 12 அடிமைகள், 12 தூதர்கள் அடையாளமாகச் சுமந்து சென்றனர். அவர்களை, சூழ்ந்தபடி 60 கிராமவாசிகள் கைகளில் ஈட்டிகளுடன் வந்தனர். அவை பிரான்ஷ் கோந்தே பகுதியை ஜூலியஸ் சீசர் வென்றபோது எழுப்பப்பட்ட கல்லறையின்மீது நடப்பட்டு இருந்தவையாகும். ஊர்வலத்தைத் தலைமையேற்று நடத்திச் சென்றவர், கிருமிகளின் இளவரசர் திரு. பஸ்தேர்".

இத்தகைய சூழலில்தான், தேவாலயத்திலிருந்து திரும்பும் வழியில் பஸ்தேரின்மீது நீர் தெளிக்கப்பட்டது.

சண்டை இன்னும் முடியவில்லை. அவரும் சண்டையை விடுவதாக இல்லை. மென்மை என்பது அவரது இயல்பில் இல்லை. மிகவும் கோப சுபாவம் கொண்ட மேயர் எமில் பொய்லி ஏதாவது ஒரு இடமாற்றல் முடிவு எடுக்கும் போது, தனக்குள்ள அரசியலின் உயர்ந்த செல்வாக்கைப் பயன்படுத்தி பஸ்தேர் அதனை எதிர்த்து நின்றார். உதாரணமாகக் குடியரசுக்கட்சியின் பெரும் ஆதரவாளரான பள்ளியின் முதல்வரைத் திருப்பி அனுப்ப முடிவு செய்தபோது அவ்வாறு நடந்துகொண்டார்.

உள்ளூர் நகராட்சியும் விரைவிலேயே பதிலடி தந்தது.

1887ஆம் ஆண்டு தன் ஊரைச் சேர்ந்த புகழ்பெற்ற மண்ணின் மைந்தரை கௌரவிக்கும் வகையில் பஸ்தேர் வசித்த வீட்டின் சாலைக்கு அவரது பெயரைச் சூட்டுவது என அர்புவா நகரம் முடிவெடுத்திருந்தது. ஆனால், இம்முடிவு பகுத்தறிவுவாதிகள் அதிகாரத்துக்கு வருவதற்குமுன் எடுக்கப்பட்டதாகும்.

1889ஆம் ஆண்டு, ஆகஸ்ட் மாதம் 16 ஆம் நாள், பஸ்தேர் அவென்யூ (சாலை) என்னும் பெயரை மாற்றக்கோரும் திரு. கிராவேலின் தீர்மானம் 16 உறுப்பினர்களில் 11 உறுப்பினர்களின் ஆதரவோடு முனிசிபல் கூட்டத்தில் நிறைவேற்றப்பட்டது. இனி அது "புகைவண்டிநிலையச் சாலை" என அழைக்கப்படும்.

இம்முடிவு விரைவில் எல்லோருக்கும் தெரியவந்தது. பிரான்ஸ் எங்கும் இது பரபரப்பை ஏற்படுத்தியது.

"மோசமான இந்நடவடிக்கை, கொடுங்கோன்மையோடு, வெற்றிப் பெற்றிருப்பதாகக் கருதப்படும் சாதாரணமான ஜனநாயகத்தின் கீழ்மையின் அடையாளங்களில் ஒன்றாகும். பரிதாபத்துக்குரிய நாடு! இது மிகவும் நலம் குன்றி இருக்கிறது. எரிச்சல், பொறாமை ஆகியவற்றின் காரணமாகப் பண்டைய அரசின் குடியரசுக் கொள்கைகள் அனைத்தும் அழிந்துவிட்டன. இத்தகைய இழிவான சக்திகளுக்கு மக்கள் ஆதரவு இருக்கிறது. காரணம், அவர்கள் எந்த மேன்மையையும் ஒப்பிட்டுப் பார்க்காதவர்கள்"

அர்புவா நகர்மீது தான் வைத்துள்ள நேசம் ஒருபுறம் நெகிழச் செய்ய, அங்கிருந்து வசிப்பிடத்தை மாற்றுவதைப் பற்றி பஸ்தேர் யோசித்தார். திருமதி. பஸ்தேர் மேலும் வருந்தினார். ஏனெனில், அர்புவாதான் அவரது நிலையான இடம் என்பது மட்டுமல்ல, அவரது குடும்பம் சங்கமிக்கும் இடமும் அதுதான்.

மனதில் பாரத்துடன், பஸ்தேர் தம்பதியினர் விடுமுறையைக் கழிக்க வேறு ஓர் இடத்தைத் தேர்வு செய்தனர். அது, சேந்தொபன் சுயுர் மேர்.

1890 மற்றும் 1891ஆம் ஆண்டுகள் என இரண்டு கோடைகள் கழிந்தன.

ஆனால், கோரிக்கைகள் தொடர்ந்து எழுப்பப்பட்டன. அர்புவா பகுதியின் சுவர்கள் எங்கும் "பஸ்தேர் வாழ்க" என்னும் வாசகத்தை வாசிக்க முடிந்தது.

1892ஆம் ஆண்டு செப்டம்பர் மாத இறுதியில், பஸ்தேர் குடும்பம் ஒருவழியாகத் திரும்பி வந்தது.

காலம் கடத்தாமல், மேயர், உதவி மேயர்கள், ஆறு உறுப்பினர்கள் ஆகியோர் தாங்கள் அவசரத்தில் எடுத்த தவறான நடவடிக்கைக்காக அவரிடம் வருத்தம் தெரிவித்துக்கொண்டனர். சர்ச்சைக்குரிய சாலையைப் பொறுத்தவரை, அதற்கு மீண்டும் பஸ்தேர் பெயரைச் சூட்டியதோடு சரியானதொரு பரிகாரமாகச் சாலையும் விரிவுபடுத்தப்பட்டது.

பஸ்தேருடன் பணியாற்றி வந்த திரு. புவாலே, அதுவரையில் அவரை "அர்புவாவைச் சேர்ந்தவர்" என்று அழைத்துவந்தார். அவரே அடுத்த ஆண்டிலிருந்து "பஸ்தேர்" என அழைக்க விரும்பினார்.

பூசல் ஓய்ந்தது. உடன்பாடு ஏற்பட்டது.

சிகிச்சை, ஆய்வு, கற்பித்தல்

எக்கோல் நொர்மால் என்னும் ஆசிரியர் பயிற்சிக் கல்லூரி இப் பொழுது அற்புதங்கள் நிகழும் இடமாகிவிட்டது. ஆய்வகத்தின் குழுவினர் இரவும் பகலுமாகச் சலிக்காமல் பணியில் ஈடுபட்டு, நூற்றுக்கணக்கான முயல்களுக்குத் தொற்றுக் கிருமிகளைச் செலுத்தி, பின்னர்ப் பத்துப்பத்தாக நூற்றுக்கணக்கான குடுவைகளில் அவற்றின் மஜ்ஜைகளை உலரவைத்தவண்ணம் இருந்தனர். தேவையின் அளவு அதிகமானது. ஆய்வுமுறை தொழில்நுட்ப முறைக்கு மாறியாக வேண்டிய கட்டாயம் ஏற்பட்டது. இப்பொழுது பெரும் எண்ணிக் கையிலானவர்களுக்குச் சிகிச்சை அளித்தாக வேண்டும்.

வெற்றியும் தேவையும் ஒன்று சேரவே நிறுவனம் ஒன்று உதித்தது.

இப்படி ஒரு திட்டம் பற்றிய செய்தி அறிந்தவுடன், நிதி உதவி கள் குவிந்தன. உழைப்பாளி முதல் பிரேசில் பேரரசர் வரை, டென் மார்க் அரசியிலிருந்து சாதாரண கிராமவாசிவரை என எல்லோரும் அத்திட்டத்தில் பங்கேற்க விரும்பினர். கலைஞர்கள் கலை நிகழ்ச் சிகளுக்கு ஏற்பாடு செய்தனர். பெண்கள் தங்கள் நகைகளை விற்று உதவினர். மிகவும் கஞ்சத்தனமான ஆட்கள்கூட நன் கொடையளிக்க சம்மதிக்கும் அளவு ஆர்வம் மேலோங்கியிருந்தது.

மேலும், ஜெர்மனி-பிரான்ஸ் போர் முடிந்து 15 ஆண்டுகளுக்குப் பின் பொருளாதாரம் நல்ல நிலையில் இருந்தது. ஐரோப்பாவில்

தொழில் வளர்ச்சி முழு வேகத்தில் நிலவிக் கொண்டிருந்தது. முடியும் நிலையில் இருக்கும் பத்தொன்பதாம் நூற்றாண்டின் வருங்கால நம்பிக்கையின் வெளிப்பாடாகவே வெறி நோயின்மீது பெற்ற இவ் வெற்றி விளங்கியது எனலாம். ஒன்றன்பின் ஒன்றாகப் புதிர் களை விடுவித்து, இறுதியில் எல்லா நோய்களின் மீதும் அறிவியல் வாகை சூடவுள்ளது. உலகப்போர் நடந்த காலகட்டமான 1914-1918ஆம் ஆண்டுகளில் நிகழவிருக்கும் "மாபெரும் தற்கொலை" எனும் அறியா மையின் முன்னோடியாக இந்த நேரத்தில் நிலவிய சூழ்நிலையினைக் கொண்டே புரிந்துகொள்ள முடியும்.

சுயமாக வெறிநோய்க்கு ஆளாகும் உலகினைத் தடுக்கும் பொருட்டு ஒரு தடுப்பு மருந்தினைக் கண்டுபிடிக்காத பஸ்தேரினை நாம் எவ்வாறு குற்றஞ்சாட்ட முடியும்?

தேவையான நிதி வேகமாகக் கிடைக்கவே, காய்கறி பயிரிடப் படும் தோட்டங்களுக்கு நடுவில் வொழிரார் கிராமப் பகுதியில் ஆய்வகக் கட்டடப் பணி தொடங்கிவிட்டது. விரைவில் கல்லும் மண்ணுமாக 13ஆம் லூயி கால பாணியில் பெரிய வீடு ஒன்று எழுந்து நின்றது.

ஆய்வகத்தின் மூன்று நோக்கங்கள்: சிகிச்சை, ஆய்வு, கற்பித்தல்.

1888ஆம் ஆண்டு நவம்பர் மாதம் 14ஆம் நாள் நடந்த திறப்பு விழாவிற்கு மக்கள் திரண்டு வந்தனர். நிதி அலுவர்கள், நன்கொடை யாளர்கள், அறிவியல் அறிஞர்கள், கலைஞர்கள், தூதர்கள், நாட்டின் குடியரசுத் தலைவர் என அனைவரும் வந்திருந்தனர்.

ஒவ்வொருவராகப் பேச, உரைகள் தொடர்ந்தன. புள்ளி விவரங் கள், பாராட்டுக்கள், பணிவான வாழ்த்துக்கள் குவிந்தபடி இருந்தன. எல்லாவற்றையும் அமர்ந்தபடியே கேட்டுக்கொண்டிருந்த பஸ்தேர் மிகவும் நெகிழ்ந்துபோய் மயங்கிவிழும் நிலையில் இருந்தார்.

தயாரித்து வைத்திருந்த ஏற்புரையை வாசிக்கும் சக்தி அவருக்கு இல்லை.

அவருடைய மகன் மூான் பத்தீஸ்த் அப்பொறுப்பை ஏற்றுக் கொண்டார்.

"இதோ கட்டிமுடிக்கப்பட்டுள்ள இந்தப் பெரிய வீடு, இதில் எந்தவொரு கல்லையும் தாராளமான சிந்தையற்றதாக நாம் கருத முடியாது. இந்த ஆய்வகத்தினை எழுப்ப நல்ல உள்ளங்கள் அனைத் தும் ஒன்றிணைந்து நன்கொடையளித்துள்ளன".

"என்ன சொல்வது! சுற்றி இருந்த என் ஆசான்கள், துய்மா, புலே, போல்பேர், வுல்பியான் என உடனிருந்து போராடிய வர்கள் இப்போது இல்லை. தொடக்கத்தில் நகரமன்ற உறுப்பினராக இருந்த என் இனிய கிரான்ஷேருடன், அறிவியல் முறைகளுக்காகப் பரிந்து பேசி மிகவும் துடிப்புடன் பணியாற்றிய நான் இப்போது "காலத்தால் புறக்கணிக்கப்பட்ட மனிதனைப்" போல் உள்ளேநுழைகிறேன் என்னும் பெரும் சோகம் எனக்கு ஏற்படுகிறது".

"என்னுடன் பணியாற்றும் இனிய தோழர்களே, தொடக்கம் முதலே பெரும் ஆர்வம் கொண்டுள்ள நீங்கள், தீவிரமாக சரி பார்க்கும் போக்கினையும் தவிர்க்கமுடியாததொரு அம்சமாக உங்கள் பணிகளில் சேர்த்துக்கொள்ளவேண்டும். தெளிவாகவும் உறுதியாகவும் நிறுவ முடியாத நடவடிக்கை எதையும் மேற்கொள்ளாதீர்கள்".

"எதனையும் ஆய்வு நோக்கால் பார்க்கும் மன நிலையை வளர்த்துக்கொள்ளுங்கள். தனிப்பட்ட முறையில் பார்த்தால், யாரும் பெரும் திட்டங்களை உண்டாக்குபவராகவோ, பெரிய விஷயங்களுக்குத் தூண்டுகோலாகவோ கொள்ள முடியாது. எனினும், அந்தத் தனி நபர் இல்லாமல் அனைத்தும் வீணாகிவிடும். அவர்தான் இறுதி முடிவு எடுப்பார். நான் உங்களை கேட்பதையும் இதேபோல், உங்கள் முறை வரும்போது, உங்களால் உருவாகும் சீடர்களை நீங்கள் கேட்கப்போவதையும் எதிர்கொள்ள எந்தவொரு கண்டுபிடிப்பாளருக்கும் கடினமாகத்தான் இருக்கும்.

"முக்கியமானதொரு அறிவியல் உண்மையைக் கண்டுபிடித்து விட்டதாக நம்பி, அதனை அறிவிக்க ஆவல் கொண்டிருக்க, பல நாட்கள், வாரங்கள், சில நேரங்களில் மாதக்கணக்கில்கூடத் தனக்குள் போராட்டம் நடத்தித் தன் சொந்த பரிசோதனைகளை அழிக்க முயன்று, அனைத்து எதிர் அனுமானங்களையும் ஆய்ந்து தெளிந்த பின்னரே தான் கண்டுபிடித்ததைப் பகிரங்கமாக அறிவிப்பது என்பது உண்மையிலேயே கடினமான பணிதான்".

"எனினும், இவ்வளவு உழைப்பிற்குப் பிறகு, ஒருவழியாக உறுதியானதொரு கட்டத்தை அடைந்த பின்னர், மனித மனம் எய்தக்கூடிய மகிழ்ச்சியான தருணங்களில் ஒன்றை எட்டிவிடுவோம். தன் நாட்டின் புகழுக்குப் பெருமை சேர்க்கிறோம் என்னும் உணர்வு இந்த மகிழ்ச்சியை மேலும் அதிகரிக்கச் செய்யும்".

இறுதியில் கடும் எச்சரிக்கை ஒன்றுடன் உரை முடிந்தது:

"தலைவர் அவர்களே, நீங்கள் இந்த அரங்கில் இருக்கவே, எனக்குத் தோன்றிய தத்துவார்த்த எண்ணம் ஒன்றினைக் கூறி உரையை முடிக்க அனுமதிக்குமாறு கேட்டுக்கொள்கிறேன். இன்றைய

சூழ்நிலையில், ஒன்றுக்கொன்று முரண்படும் இரண்டு சட்டங்கள் நடைமுறையில் இருப்பதாகத் தோன்றுகிறது. போர்க்களத்திற்குத் தயாராக இருக்கும்படி மக்களை வற்புறுத்திக்கொண்டு, நாள் தோறும் புதிய போர் முறைகளை யோசித்தபடி இருக்கும் இரத்தமும் மரணமும் நிறைந்த சட்டம் ஒருபுறம். தன்னைச் சூழும் தீங்குகளிலிருந்து மனிதனை விடுவிக்க விரும்பும், மேன்மை, உழைப்பு, அமைதி ஆகியவை கொண்ட சட்டம் மறுபுறம்."

"ஒரு சட்டம் கொடும் படையெடுப்பை மட்டுமே விரும்பும். மற்றொரு சட்டமோ மனித இனத்துக்கு ஆறுதலை மட்டுமே விரும்பும். ஒரு சட்டம் வெற்றிகள் அனைத்திற்கும் மூலமாக மனித உயிரினைக் கருத்தில்கொள்ளும். மற்றொன்றோ தனிப்பட்ட ஒருவரின் பேரவாவிற்கென ஆயிரக்கணக்கில் உயிர்களைப் பலியிடச் செய்யும். இப்போர்ச்சட்டத்தின் இரத்தம் தோய்ந்த தீமைகளை, இச்சட்டத்தின் கருவிகளாகிய நாம் பெரும் படுகொலைகளின் ஊடாகக் களைய விரும்புவோம். கிருமிகளைக் களையும் நம் முறைகளைக் கொண்டு போடப்படும் கட்டுகள் ஆயிரக்கணக்கான போர் வீரர்களைப் பாதுகாக்க இயலும். இவற்றுள் எந்தச் சட்டம் மற்றொன்றை வெல்லும். கடவுளுக்குத்தான் தெரியும். எனினும், மனித இனத்தின் சட்டத்தை மதிக்கும் விதமாக, வாழ்வின் எல்லைகளை விரிவடையச் செய்ய பிரான்ஸின் அறிவியல் முயலும் என்பதை மட்டும் நாம் உறுதியாகக் கூற இயலும்".

களைப்பு

தன் புத்தம் புதிய ஆய்வகத்தில் குடும்பத்தோடு பஸ்தேர் குடியேறினார். முதல் மாடியில் குடும்ப உறைவிடம். தரைத்தளத்தில் வரவேற்பறைகள். சுற்றிலும் தாராளமான இடவசதியும் போதிய உபகரணங்களையும் கொண்ட ஆய்வகங்கள். அங்குதான் மனித இனத்தின் சேவைக்கென அதே அறிவு வேட்கையால் உந்தப்பட்டு பஸ்தேரால் தேர்ந்தெடுக்கப்பட்டுப் பயிற்சியளிக்கப்பட்ட சீடர்கள், குழுக்கள் அயராது உழைத்தபடி இருப்பார்கள்.

யுல்ம் தெருவின் தோட்டப்பரண்களில், படிக்கட்டின்கீழ் இயங் கிய ஆய்வகங்களிலிருந்து இதுவரை எத்தனை நெடிய பயணம்! ஒருவழியாக, அறிவியலுக்கு அங்கீகாரம் கிடைத்துள்ளது.

அவருக்கு அப்படி ஒன்றும் அதிக வயதாகிவிடவில்லை. 66 வயதுதான் எனினும், அவர் மேற்கொண்ட அனைத்துப் போராட் டங்களுமாகச் சேர்ந்து அவரைக் களைப்படையச் செய்துவிட்டது. எனவே, மரணம் அவரை வட்டமிட்டபடி இருந்தது. அவருக்கு மிகவும் பிடித்தமான உதவியாளர்களில் ஒருவரான லூயி துயிலி யேவை மரணம் அண்மையில்தான் வீழ்த்தியிருந்தது. காலராவால் சூறையாடப்பட்டிருந்த அலெக்ஸாண்டிரியா என்னும் எகிப்து நகரில், தன்னை எதிர்க்க முயன்ற 26 வயது இளைஞரான அவரை மரணம் கவ்விக்கொண்டது.

1887ஆம் ஆண்டு அக்டோபர் மாத இறுதியில் மீண்டும் அந்நோய் தீவிரமாகத் தாக்கியது. முதல் தாக்குதல் நடந்து 19 ஆண்டு களுக்குப்பின் புதிதாக மூளை நரம்பு வெடிப்பு ஏற்பட்டது. பேச்சு, அசைவுகள் ஆகியவை பஸ்தேருக்கு மெல்லத் திரும்பின. மரணம் அவரை விட்டுப்பிடித்தது. எப்படித் தாக்குப்பிடிக்கிறார் எனத் தெரிந்துகொள்ள வெறுமனே ஒரு பலமான அடியை மட்டும் தந்துபார்த்தது.

அந்த நாள் முதல் உரிய நேரத்துக்காக அது காத்திருக்கிறது என்று சொல்லலாம். அதற்கு வேறு இடத்தில் இன்னும் நிறைய வேலை இருக்கலாம்.

அல்லது, இவ்வளவு சோர்வாகவும், பலவீனமாகவும் இருக்கும் பஸ்தேரைப் பார்த்த மரணம், அவரே தன் இறுதி நாளை நோக்கிச் செல்லட்டும் என எண்ணியிருக்கலாம்.

முடிவினை விரைவுபடுத்துவதில் எவ்விதப் பயனும் இல்லை. உரிய நேரம் வரும்போது வழி திறந்துவிடும்.

“பார்த்தீர்களா! மனித இனத்துக்குச் சேவை செய்பவர் எப்படி நடுங்குகிறார்” எனத் தன் வெற்றி உறுதியாகிவிட்ட நிலையில் மரணம் புன்னகைத்திருக்கும். ஓ! வாழ்வதற்கென நன்கு போராடி யுள்ளார். மீண்டும் ஒருமுறை பாராட்டுக்கள். ஆனால், அவர் எவ்வளவு பெரிய அறிஞராக இருந்தாலும், தன் இறுதி மூச்சினை விரைவில் விடப்போவதை எதுவும் தடுக்க முடியாது.

நாள்தோறும் காலையில் வெறிநோய் சிகிச்சைக்குச் சிறிய அளவில் தன் சேவைகளைச் செய்துவந்தார். நாய்க்கடிபட்டவர் கள் வந்து சேரும்முன், எலும்பு மஜ்ஜைகள் தயாரிப்பினைப் பரி சோதிக்கும் பணியில் ஈடுபடுவார். பின்னர், அவற்றைச் செலுத்தும் வேலையிலும், ஊசிகளைக் கண்டு நடுங்கும் குழந்தைகளை தேற்றும் பணியிலும் கவனம் செலுத்துவார்.

“குழந்தை ஒன்றை நெருங்கும்போது, எனக்கு இரண்டு உணர்வுகள் எழும். அந்த நேரத்துக்கு மென்மையும், அக்குழந்தை என்றாவது ஒருநாள் என்னவாகப் போகிறதோ அதற்கான மரியாதையும் என்னுள் எழும்” என்பார் பஸ்தேர்.

பிற்பகல் வேளையில், தன்னைப் பார்க்க வருபவர்களைக் கவனிப் பார். அவரைச் சந்திக்க வருபவர்கள் சிலர் பாராட்ட வருவார்கள். இப்படி, அவரைத் தொடர்ந்து பிரான்ஸ் நாடு கொண்டாடிக் கொண்டே இருந்தது.

1892ஆம் ஆண்டு டிசம்பர் மாதம் 27ஆம் நாள். சொர்போன் பல்கலைக்கழகத்தின் பெரும் அரங்கில் அவரது பிறந்த நாள் கொண்டாடப்பட்டது. நாட்டின் குடியரசுத் தலைவருடன் அங்கு வந்து சேர்ந்த இந்த மாமனிதரைப் பாராட்டி அறிஞர்கள், அரசியல் தலைவர்கள், மாணவர்கள், ஆய்வு உதவியாளர்கள் என 2000 பேர் வந்திருந்தனர். பிரிட்டன் சார்பில் மாபெரும் அறுவை சிகிச்சை வல்லுநர் ஜோசப் லிஸ்டரும் வந்திருந்தார்.

"தொற்றுநோய்களின்மீது பல ஆண்டு காலமாக மூடிக்கிடந்த முகமூடியை நீங்கள் விலக்கிவிட்டீர்கள்" எனப் புகழ்ந்தார் அவர்.

மிகவும் சோர்ந்துபோய் பலவீனமாக இருந்த இருவரும் ஆரத் தழுவிக்கொண்டனர். கண்ணீர் மல்கினர். இப்பொழுதும், பஸ்தேரின் மகன் ழான் பத்தீஸ்த் தான் நன்றியுரையை வாசித்தார். அது அவருக்குப் பழகிப்போய் இருந்தது.

"இளைஞர்களே, இந்த வலிமை வாய்ந்த உறுதியான செய்முறை களின்மீது நம்பிக்கை கொள்ளுங்கள். இவற்றின் முதற்கட்ட புதிர்கள் மட்டுமே நமக்கு விளங்கியுள்ளன. உங்களைச் சோர்வடையச் செய்யும் அவநம்பிக்கையுணர்வுக்கு ஆளாகாதீர்கள். ஆய்வகங்கள், நூலகங்கள் ஆகியவற்றின் உன்னதமான அமைதிச் சூழலில் வாழ்ந்து கொண்டிருங்கள்".

ஆரவாரங்கள்.

வாழ்க பிரான்ஸ், வாழ்க அறிவியல்.

அங்கீகாரங்கள் குவிந்த போதிலும், புகழ் வந்த போதிலும், தொடர்ந்து வெறுக்கத்தக்கதான அதே பல்லவி ஒலிப்பதை மட்டும் தவிர்க்க இயலவில்லை. எல்லோரும் நினைப்பதைப் போல நான் அத்தனை பெரிய நபரா? மேலும், நான்தான் அத்தகைய முதல் நபரா?

நம்பிக்கையின்றித் துவண்டு போகும் அது போன்ற தருணங் களில், குறிப்பாகத் தூக்கம் வராத நீண்ட நள்ளிரவுகளின்போது, மனதைத் துளைக்கும் இக்கேள்வி எழும். எனினும், நேரம் காலம் பார்க்காமல் எப்போது வேண்டுமானாலும் இக்கேள்வி அவரைத் துளைத்தெடுக்கும். பிரஞ்சு அகாதமியின் கருத்தரங்க அமர்வு, கழிவறை, அவருக்குப் புகழ்மாலை சூட்டப்பட்டுக்கொண்டிருக்கும் அரசு உரையின் அந்த நேரம் என எப்போது வேண்டுமானாலும் அக்கேள்வி எழும்.

மற்றவர்கள் கண்டுபிடித்ததைத்தான் நான் மீண்டும் வெளியிட்டேனா? என்னுள் ஒரு மாபெரும் அறிவியலாளரைக் காண எல்லோரும் விரும்புகின்றனர். நானோ மற்றொரு பறவையின் கூட்டைத் திருடும் குயிலைப் போன்று எவ்வித அவமானமுமின்றித் தந்திரமாகச் செயல்படுவேனா?

முப்பரிமாண வேதியலைக் கண்டுபிடித்ததைப் பற்றி? படிக வியல் குறித்து அராகோவும் பியோவும் மேற்கொண்ட ஆய்வு களின்மூலம் அதற்கான அடித்தளத்தை எனக்கு முன்பே அவர்கள் அமைத்துவிட்டனர். நொதித்தல் குறித்த ஆய்வின் மூலம்? நான் முழுமையாக நேர்மையுடன் ஒப்புக்கொள்ள வேண்டுமென்றால், எனக்கு முன் கஞ்ஞியார் தெ லத்தூர் இருக்கிறார். தடுப்பூசியைப் பொறுத்தவரை ஜென்னர் என்னும் அந்த ஆங்கிலேய இளைஞ ரைவிட நான் என்ன பெரிதாகச் சாதித்துவிட்டேன்?

என்ன செய்வது, ஈக்களை ஓட்டுவதைப் போல் இப்படி மீண்டும் மீண்டும் வரும் பகைமையான எண்ணங்களை ஓட்டிவிட முடியாது.

என்மீது தொடுக்கப்படும் தாக்குதல்களுக்குத் தொடர்ந்து இறுதி மூச்சுவரை நான் பதில் கூறியாக வேண்டுமா?

எளிமையாக இருந்தபோதிலும், எப்பொழுதும் கூறிவரும் நோக் கங்களையே மீண்டும் மீண்டும் விளக்கிக்கொண்டிருக்க வேண்டுமா?

மேலும், உண்மையிலேயே சில புதிய எண்ணங்கள் உள்ளன. என் எளிய மூளையில் ஒன்றிரண்டு உதித்திருக்கலாம். எனக்கு முன்பாக, எப்படியும் ஒருவன் என்னைப் போல் இருந்திருப்பான் என்பதை நீங்கள் நன்கு அறிவீர்கள்.

இத்தகைய எண்ணங்களின் ஆட்சியில் பழையவை என்பதெல்லம் சீக்கிரமாக மறைந்து போகக் கூடியவை. உரிய முறையில் அவை வடிவம் பெறாமல் போனால் விரைவில் பயனற்றவையாகவும் போய்விடும்.

பெரும்பாலும் என்னைத் தான் கண்டுபிடிப்பாளர் என அறிமுகம் செய்கின்றனர். எனினும், எந்தக் கண்டுபிடிப்புக்கும் தொடர்ச்சி என்பதுதானே வாழ்க்கையின் நியதி.

அறிவுப்புலத்தைப் பொறுத்தவரை, “கண்டுபிடிப்பு” என்பது புதிய அல்லது “அசல்” கண்டுபிடிப்பைக் குறிக்கும் என்றாலும், ஏற் கெனவே இருப்பதைக் கண்டுபிடிப்பதையும் குறிக்கும் (புதையல் கண்டுபிடிப்பு).

மேலும், கண்டுபிடிப்பில் உண்மையில் "அசல்" என்னும் இக் கேள்வி மனதின் எந்த மூலையிலிருந்து தோன்றுகிறது? இந்த அளவுக்கு மற்ற அறிஞர்களையும் இது பாதித்துள்ளதா?

ஒரு யுகத்தின் அத்தனை ஞானத்தையும் திரட்டி குறிப்பிட்ட புள்ளி யொன்றில், குறிப்பிட்ட நேரத்தில் தேக்கி, திடீரென உண்மையை நோக்கிப் புதிதாய் ஓர் அடி எடுத்துவைக்கக்கூடிய முற்றிலும் அரிதான ஆற்றலைப் பெற்றுள்ளேன். அத்தகைய ஆற்றலுக்குப் பெருமை இல்லையா?

விவரிக்க முடியாத அல்லது குழப்பமானதொரு விஷயத்துக்கு எதிராக நாம் காலங்காலமாக எடுக்க வேண்டிய எதிர்ப்பு நடவடிக் கையில், நாம் இதுவரை மேற்கொண்ட ஆய்வுமுடிவுகளின் தொகுப் பும் அதற்குத் தேவையான தொய்வற்ற சக்தியும், ஒருவகையில் வெற்றியாகப் போற்றத்தக்கதுதானே?

சரி, இவையெல்லாம் ஏற்கெனவே பலமுறை பேசியாகி விட்டது. எல்லாவற்றையும் கூட்டிக் கழித்துப் பார்க்கும்போது, லூயி பஸ்தேராகிய நான் மனித இனத்துக்கு ஏதோ சில சேவைகள் செய்திருப்பதாகக் கருத முடியாதா?

பொறுங்கள். இதோ இன்னும் சிறிது நேரத்தில் விடியப் போகிறது. மேலும், கொஞ்சம் நேரம் தூங்க எனக்கு உரிமை இல்லையா?

புகழின் போதும் தொடரும் பணிகள்

வெறி நாய்க்கடியை வெற்றிகொண்ட பிறகும், இன்னும் எதிர் கொள்ள வேண்டிய வேறு நோய்கள் மீதம் இருந்தன.

உடனடியாக முன்னுரிமை தரவேண்டிய புதிய எதிரியாக டிஃப்தீரியா என்னும் தொண்டை அழற்சி நோய் உருவெடுத்தது. பெற்றோருக்கு அது ஒரு சிம்ம சொப்பனமாக மாறியது. அந்நோய் ஆண்டுதோறும் லட்சக்கணக்கில் குழந்தைகளைப் பலிவாங்கியது. தொண்டையைச் சில தேவையற்ற சதைகள் ஆக்கிரமித்துக்கொள்ள, பிள்ளைகள் சுவாசிக்கக் கடினப்பட்டு மூச்சடைத்துப் பயங்கரமான வலியில் துடித்து இறந்துபோவார்கள்.

தங்கள் குழுவில் புதிதாகச் சேர்ந்துள்ள சுவிட்சர்லாந்து நாட்டைச் சேர்ந்த அலெக்ஸாந்தர் யெர்சின் என்ற இளைஞரின் உதவி யோடு எமில் ரூ இந்நோய்க்குக் காரணமான நுண்ணுயிரியைக் கண்டு பிடித்தார். அந்த நுண்ணுயிரி நச்சுத்தன்மை மிக்கதொரு விஷ திரவத்தை உண்டாக்குவதாகவும், அது மூக்குக்குழாய் வழியாகப் பயணம் செய்து இதயம், நுரையீரல் ஆகிய முக்கிய உறுப்புகளைத் தாக்குவதாகவும் கண்டுபிடித்து விளக்கினார். இத்தாக்குதலைத் தொடர்ந்து மரணம் ஏற்படும்.

நோய்த் தொற்றுத் தடுப்பூசியின் நியதிப்படிப் பார்த்தால், இந்த நச்சுப் பொருளை முறியடிக்க எதிர்வினையாற்றும்படி உடல் இயக்கத்தினைப் பழக்கப்படுத்த முடியும்.

பெர்லினில் உள்ள கோக்கின் ஆய்வுக்கூடத்தில், ஜெர்மனியைச் சேர்ந்த பெஃகிரிங், ஜப்பானியரானக் கிட்டாசாட்வோ ஆகியோர், இந்த நச்சுப் பொருளினைச் சிறு அளவில் விலங்குகளுக்கு ஊசி மூலம் செலுத்திப் பார்த்தனர். அப்போது அவற்றின் இரத்தத்தில் விஷத்தின் இயக்கத்தை முடக்கக்கூடியப் மூலக்கூறு ஒன்று இந்த நடவடிக்கைக்கு உதவுகிறது என்பதை நிரூபித்தனர். அந்த மூலக்கூறு தான் விஷ முறிவாகும்.

இந்த விஷ முறிவுக்கான மூலக்கூற்றினை எவ்வாறு உருவாக்குவது?

ஜெர்மனியுடன் எழுந்துள்ள இப்போட்டியின் காரணமாக உந்தப்பட்ட ரூ அவர்கள் இதைவிடப் பெரிதாக ஏதாவது செய்தாக வேண்டும் எனச் சிந்தித்தார். அதிக அளவிலான விஷ முறிவு மூலக்கூற்றை உருவாக்க, அதிக அளவிலான சீரம் தேவை. எனவே, இன்னும் கூடுதல் இரத்தம் தேவைப்படும். மனித இனத்தின் சிறந்த நண்பனான விலங்கினை ஏன் இதற்குப் பயன்படுத்திக் கொள்ளக்கூடாது? செயல்திட்டம் மிகவும் எளிமையானது. முதலில் டிஃப்தீரியா நோய்காரணிக்கான அதிக வீரியமுள்ள நச்சுப்பொருட்களைக் குதிரை ஒன்றுக்குச் செலுத்த வேண்டும். பிறகு அதன் கழுத்துப் பகுதியில் காயம் ஏற்படுத்தி இரத்தத்தைச் சேகரிக்க வேண்டும். ரத்தம் சேகரிக்கப்படும் குடுவையின் அடிப்பகுதியில், கெட்டியானப் பகுதி ஒன்று தங்கிவிடும். அவைதான் உறைந்துபோன இரத்தத்தின் செல்கள் ஆகும். மீதமுள்ள திரவப்பகுதி தான் எதிர்வினையாற்றக் கூடிய சீரம் ஆகும்.

இந்த சீரம் தான் நோய்வாய்ப்பட்ட குழந்தைகளுக்கு ஊசிமூலம் செலுத்தப்பட்டது.

இறப்பு விழுக்காடு பாதியாகக் குறைந்தது. விரைவில் அது 10 விழுக்காட்டுக்குள் கட்டுப்படும்.

சீரம் கொண்டு அளிக்கப்படும் இதே சிகிச்சைமுறையைக் காலராவுக்கும் பயன்படுத்திப் பார்த்தனர்.

இம்முறை குதிரைகள் பற்றாக்குறை ஏற்பட்டது.

“லெ ஃபிகாரோ” என்னும் இதழ் அறிவிப்பு ஒன்றை வெளியிட, குதிரைக்குட்டிகள் வாங்கப்பட்டன. அவை வீல் நேவ் லெத்தாங்

பகுதியில் அமைக்கப்பட்ட லாயங்களில் அடைக்கப்பட்டன. அது அங்குலேம் பகுதியின் முன்னாள் நகரத்தலைவியின் இடமாகும். யுல்ம் வீதியில் பஸ்தேரின் பரிசோதனைக்கூடத்தில் இருந்த நாய்கள் குரைப்பதைப் பொறுத்துக்கொள்ள முடியாத அவரது தெருவைச் சார்ந்தவர்கள் எதிர்ப்புத் தெரிவிக்கவே இந்த இடம் பஸ்தேருக்கு வழங்கப்பட்டதாகும்.

இனிமேலும் என்னால் இயலாது

அர்புவா. 1894ஆம் ஆண்டு அக்டோபர் மாதம் 4ஆம் நாள். பஸ்தேர் சந்திக்கவிருக்கும் இறுதிக்கோடையின் கடைசி நாள்.

இதோ தளபதி கிரான் விவரிக்கிறார்:

"குடும்பத்தினர் எல்லோரும் வந்தபின், வீட்டைவிட்டுக் கடைசி யாக வெளியே வந்த அவர், மிகவும் நேசித்த இந்த வீட்டைத் தானே பூட்டிவிடுவதென முடிவெடுத்தார். குதிரை வண்டி புறப்படத் தயாராக இருந்தது. ஆனால், லூயி பஸ்தேர் உடனடியாகக் கிளம்பவில்லை. தனக்கு மிகவும் நெருக்கமான அப்பாவின் வீட்டை நீண்ட நேரம் பார்த்துக்கொண்டே இருந்தார். ஒருவேளை அவர் நேசித்த நண்பர் கள், பிள்ளைகள், பெற்றோர்கள் ஆகியோரின் நினைவுகள் அவரைக் கடந்து சென்றிருக்கலாம். முழு வாழ்க்கை ஒன்று நிரந்தரமாக மறையப்போகிறது. கண்களில் நீர் கோர்க்க, எதையும் சொல்லித் தேற்ற முடியாத அளவு உணர்ச்சி வசப்பட்டுப்போய் இருந்த உறவினர்கள் அருகில் இருக்க, புறப்படலாம் எனச் செய்கைமூலம் தெரிவித்தார். பஸ்தேரின் மனைவி அவருடைய கையினைப் பிடித்துக் கொண்டார். அத்தெருவின் திருப்பத்தில் எல்லோருடைய முகங் களும் மறைந்துபோயின. புகைவண்டி நிலையத்தின் எதிரில் உள்ள சதுக்கத்தில் கூடியிருந்த நண்பர்கள் கடைசியாக ஒருமுறை

வணக்கம் செலுத்தினர். ஆரவாரம் செய்தனர். பிறகு அந்த புகை வண்டியில் ஏறினார். ஈவுஇரக்கமற்ற வாழ்க்கை வாகனம், அவர் நேசித்த அர்புவா என்னும் இந்த ஊரைவிட்டு அவரைப் பிரித்துச் சென்றது. இனி, மீண்டும் ஒருமுறை இந்த ஊரை அவர் பார்க்கப் போவதில்லை".

பாரீஸில், முழுவீச்சில் இயங்கும் தன் நிறுவனத்தினைப் பஸ்தேர் பார்வையிட்டார். எர்சினை ஹாங்காங்குக்கு அனுப்பி, கொள்ளை நோய்க்குத் தான் கண்டுபிடித்த மருந்தைப் பற்றிய அறிவிப்பினை வெளியிடவைத்தார்.

"இந்த நோய் தொற்றக்கூடியது, கண்களுக்குப் புலப்படாதது. இந்நோயைப் பரப்பும் முக்கிய உயிரியாக எலிகள் இருக்கலாம் என ஊகிக்கப்படுகிறது" என்றும் எர்சின் விளக்கினார்.

பிற்காலத்தில் (1908) நோபல் பரிசினை வெல்ல இருக்கும் எலி மெட்சினிக்கோஃப், இரத்தத்தின் படைவீரர்களாக விளங்கும் வெள்ளை அணுக்களின் பங்கு குறித்த தன் ஆய்வை மேற்கொண்டார்.

அவை முதலில் நன்றாக நிலைகொள்ளும். பிறகு, எதிர்ப்பைக் காட்ட முயலும். கிருமிகளை விழுங்கிவிடும். தாய் நாடான ரஷ்யா விலிருந்து 1888 இல் இங்கு வந்த எலி மெட்சினிக்கோஃப், பஸ்தேருடன் சேர்ந்து பணியாற்றி வந்தார்.

சரி. எல்லாம் இனிதாக நடந்துவருகிறது. உரிய முறையில் அவரது குழு பணியாற்றி வருகிறது. ஆனால், முன்புபோல் அவரால் மட்டும் வேலை செய்ய இயலவில்லை. அவரது உடல் துவண்டுபோகிறது.

நவம்பர் மாதம் முதல் நாள் அவர் நினைவிழந்தார். கடுமை யான சிறுநீரகக் கோளாறால் பாதிக்கப்பட்டிருப்பது கண்டு பிடிக்கப் பட்டது. இக்காலத்தில், அதனைக் கடும் சிறுநீரக பாதிப்பு என அழைத்திருப்போம். நட்பு வட்டம் கைகோர்க்கிறது. ஒருவர் மாற்றி ஒருவராக அவரது படுக்கையருகில் இருந்து பார்த்துக் கொள் கின்றனர். மரிக்குத் தூக்கம் மறந்துபோனது.

ஜனவரி மாத முதல் நாள், அலெக்ஸாந்தர் துய்மா பூங்கொத்துடன் வந்து, "இந்த ஆண்டை நல்லவிதமாகத் தொடங்க விரும்புகிறேன்" என்று சொல்லி வாழ்த்தினார்.

அறிஞர் நோய்வாய்ப்பட்டு இருக்கும்போது சில நல்ல செய்தி கள் வருகின்றன.

161

கால்மேத் எடுத்த தீவிர முயற்சியின் பலனாக லீல் நகரில் புதிய ஆய்வகம் ஒன்று திறக்கப்படுகிறது. மேலும் ஓர் ஆய்வகம் துய்னீஸ் நகரில் திறக்கப்பட இருக்கிறது. பிரேஸில், ஆஸ்திரேலியா, துருக்கி ஆகிய நாடுகளில் மனிதர்களுக்கோ விலங்குகளுக்கோ ஏற்படக் கூடிய பல்வேறு நோய்களை முறியடிக்க, பஸ்தேர் முறையினைப் பின்பற்றும் மருத்துவர்கள் அனுப்பப்படுகின்றனர்.

“அடடே! இன்னும் எவ்வளவு வேலை பாக்கியிருக்கிறது?” என பஸ்தேர் சொல்லிக்கொண்டே இருந்தார்.

எதிர்வரும் கோடையின்போது கிராமத்தையும் அங்குவரும் நல்ல காற்றையும் அவர் அனுபவித்தால் நல்லது என எல்லோரும் விரும் பினர். சேன் குலூத் பூங்காவில் அமைந்த வீல்நேவ் லெத்தாங் என்ற இடத்தை அவர் தெரிவு செய்தார். இது அவரது புதிய ஆய்வக இடமாகும்.

அங்குதான் அவர் குடியமர்த்தப்பட்டார். தொண்டை அழற்சி நோய் நச்சுக்கு எதிரான திரவத்தை உண்டாக்குவதற்காக நூற்றுக் கணக்கான குதிரைகள் அங்குக் குவிக்கப்பட்டிருந்தன. காலநிலை நன்றாக இருந்தால், பூங்காவைச் சுற்றி அழைத்துச் செல்லும்படி கேட்பார்! மரங்களைப் பார்க்க அவருக்குப் பிடிக்கும்.

மற்ற நாட்களில், தன் அறையைவிட்டு வெளியே வரமாட்டார். ஆய்வகத்தில் நடைபெற்றுவரும் ஆய்வுகள் குறித்த செய்திகளை மருத்துவர் ரூ நாள்தோறும் வந்து அவரிடம் தெரிவிப்பார். பஸ்தேர் தலையை ஆட்டிக்கொள்வார். பக்கவாதம் கடுமையானது. ஒவ் வொரு சொல்லை உச்சரிப்பதும் அவருக்குப் போராட்டமாக இருந் தது. கடைசியில், இனி கட்டிலைவிட்டு நகர முடியாத நிலைக் குத் தள்ளப்பட்டார்.

ஆகஸ்ட் மாதம் தன் இறுதியை நெருங்கிக்கொண்டிருந்தது.

கோடை மழை விலகிச்சென்றது.

மரி, மரி லூயீஸ் எனத் தாயும் மகளும் ஒருவர் மாற்றி ஒருவர் அவரது கட்டில் அருகில் இருந்தபடி, புகழ் பெற்றவர்களின் வாழ்க் கைச் சரிதங்களை வாசித்துக் காட்டுவார்கள். அப்படிச் செய்யும்போது அவர்களது கைகளை அவர் விடமாட்டார். முன்பெல்லாம் படைத் தளபதிகள், சிறப்பு வாய்ந்த காலகட்டங்கள், பெரும் அறிஞர் களின் பாடங்கள் ஆகியவற்றைப் பெரிதும் விரும்பினார். ஆனால், இப்பொழுதோ, வெளியே அவ்வளவாகத் தெரியாத நல்லியல்பு களை, முதலாவதாக மற்றவர் மீது அக்கறை கொண்ட மிகவும்

அடக்கமானவர்களைப் பற்றியே அதிகம் தெரிந்துகொள்ள விருப்பம் தெரிவித்தார். ஏழைகளுக்காக தன் வாழ்வை அர்ப்பணித்தப் புனித வேன்சான் தெ போலின் ஆன்ம ஒளியில் அவர் வாழ்க்கையை முடித்துக் கொண்டார் என்று சொல்லலாம்.

செப்டம்பர் 27ஆம் நாள் "என்னால் இனிமேல் முடியாது" என்று சொன்னபடி கண்களை மூடிக்கொண்டார். அடுத்தநாள் அவர் இறந்துபோனார்.

எந்த நினைவகம்?

லித்ரே அகராதியின் விளக்கப்படி, "அடக்கம் செய்யப்பட்ட இடத்திலேயெ இறந்தவரின் நினைவாக எழுப்பப்படும் நினைவுச் சின்னத்தைக் குறிக்கும் சொல் தான் நினைவிடம். சில நினைவிடங் களை இத்தகைய கனமான அசைவற்றப் பொருளாகக் கருத முடி யாது. அவை வெறும் கருங்கற்கள், சலவைக்கற்கள் ஆகியவற்றால் கட்டப்பட்டவை அல்ல. மாறாக, சொற்கள், கவிதைகள், இசைக் குறிப்புகள் ஆகியவற்றால் ஆனவையாகும். இத்தகைய நினைவகம் இறந்தவருக்குச் செய்யும் அஞ்சலியாக அமையும். இப்படித்தான் ஷார்ல் போதலேர், எட்கர் ஆலன் போ நினைவஞ்சலியினையும், மோரிஸ் ரவேல், குப்ரின் நினைவஞ்சலியையும் படைத்தனர்.

இது போன்ற நினைவகங்களை வாழும் காலத்திலேயே கட்ட முடியும். தன் சொந்தப் புகழினைப்பாடும் விதமாகவும் எழுப்ப முடியும்.

இந்த அளவு தனக்குத்தானே யாராலும் சிறப்புச் செய்துகொள்ள முடியாது.

பியர் பெத்தி என்னும் தன் புகைப்படக் கலைஞருக்குப் பஸ்தேர் கடிதம் எழுதினார்:

"ஐயா,

எனது பெரிய படம் திருப்தியாக இருந்தது. ஆனால், இன்று காலை திரு. நதாரின் புகைப்படங்களைப் பார்க்கவும் ரசிக்கவும் சிலருடன் சென்றிருந்தேன். அப்பொழுது அவர்களிடம் இந்தப் படத்தைக் காட்டினேன். இதைப் பார்த்த அவர்கள், என் தோற்றம் மிகவும் செயற்கையாக இருப்பதாகவும், முகம் மிகவும் நேராக இருப்பதால் மூக்கு பெரிதாகத் தெரிவதாகவும் பல விமர்சனங்களை வைத்தனர். உங்களுக்கு இதனால் எதுவும் தொந்திரவு இல்லை என்றால் மட்டும், வரும் ஞாயிற்றுக்கிழமை, ஒரு மணி வாக்கில் எனக்காக நேரம் ஒதுக்க முடியுமா என்று யோசிக்குமாறு உங்களைக் கேட்டுக்கொள்கிறேன்.

இப்படிக்கு,

....

முடியவிருக்கும் நூற்றாண்டின் கவலையோடு பஸ்தேரின் இந்தக் கவலையும் பொருந்திப்போகிறது.

தொழில் மற்றும் அறிவியல் துறைகளில் குவித்த சாதனைகள் குறித்தப் பெருமையுடன் இருந்த 19ஆம் நூற்றாண்டின் பீடம் ஆட்டம் கண்டிருந்தது. மதத்தின் பிடி தளர்ந்திருந்தது. பழைய எல்லைகள் குறித்த சர்ச்சையினை நாட்டுப்பற்றாளர்கள் விடவில்லை. புத்தம் புதிதாய் தோன்றியிருந்த குடியரசுகள் பழைய ஆட்சிகளை இன்னும் முழுமையாக வெற்றிகாண முடியவில்லை.

இத்தகைய நிச்சயமற்ற காலகட்டத்தில், தடுமாற்றமானச் சூழலில் சில கதாநாயகர்கள் தேவைப்பட்டனர்.

பஸ்தேரைவிடப் பொருத்தமானவர் வேறு எங்குக் கிடைப்பார்? மேலும், அதிக அங்கீகாரம் பெற ஆவலாகவும், தனக்குக் கிடைத்த புகழ்மாலைகள் பற்றிய பெருமையும், கருத்தரங்குகளில் தனக்குத் தரப்படும் முக்கியத்துவம் குறித்த அக்கறையும், தன்னைப் போற்றிப் புகழும் ஆரவாரங்கள், கைத்தட்டல்கள் ஒலிக்கும் விதம், நேரம் ஆகிய வற்றைக் கண்டு குழந்தையைப் போல் குதூகலிக்கும் உள்ளமும் கொண்ட ஒருவர் கிடைப்பாரா?

பஸ்தேரைப் போலவே, பெரும் புதிராக விளங்கும் மரணத் தால் தான் தொடர்ந்து அலைக்கழிக்கப்படுவதைப் பிரான்சுவா மித்தேரானாலும் தாங்கிக்கொள்ள இயலவில்லை. தன் இறுதிக்காலம் நெருங்குவதை உணர்ந்ததும் தன்னைச் சந்திக்கவரும் ஆன்மீகவாதிகள்,

தத்துவவாதிகள், மருத்துவர்கள், போலி மருத்துவர்கள், சீட்டாட்ட அட்டைகள் வைத்துக் குறி சொல்பவர்கள் எனப் பலரிடமும் வாழ்வுக்குப் பிறகான அந்த மேலிடம் குறித்து விசாரித்தார். தனக்கு மிகவும் பிடித்தமான எகிப்து நாட்டிற்குச் சென்றதுதான் அவர் மேற்கொண்ட இறுதிப்பயணமாகும். எகிப்து நாட்டின் பண்பாடு முதலில் மரணத்தைப் பற்றியே விவரிக்கிறது என்பது குறிப்பிடத்தக்கது.

அந்தக் காலகட்டத்தில், பிரான்சுவா மித்தேரானை மையமாக வைத்துப் பல நூல்கள் உருவாகின. வெளிப்படையாக இவற்றைக் கண்டு எரிச்சலடைந்த அவர், கேலியாக, “இவை என்னுடைய நல்ல படைப்புகள். நான் ஒரு நல்ல கதாபாத்திரம். எழுத்தாளர்களுக்கு என்னால் நிறைய விஷயங்கள் கிடைக்கின்றன” என்றார். ஆழமாகப் பார்த்தால், தன்மீது ஏற்பட்டிருந்த இந்த ஈர்ப்பு அவருக்கு மிகவும் திருப்தியாக இருந்திருக்கும் என்றே நினைக்கிறேன். அந்த எழுத்துக்கள் சாதகமானவையோ பாதகமாகமானவையோ, நன்கு விசாரிக்கப்பட்டவையோ, நம்பகத்தன்மையற்றவையோ எப்படி இருந்தாலும் தன் நினைவுச்சின்னத்தை எழுப்புவதாக அமையும் என அவர் நினைத்திருப்பார்.

நாட்டின் தலைமைப் பொறுப்பில் மிகவும் நெருக்கடியான அலுவல் சூழலுக்கு இடையிலும் திரு.துருய்யே என்னும் மகத்தான சிற்பியின்முன் தன் சிலையினை வடிப்பதற்கான நேரம் ஒதுக்கி அவர் அமர்ந்திருந்தார்.

★
★ ★

வாழும்போதே தன்னைப் பற்றிய வரலாற்றை உருவாக்கப் பஸ்தேர் பெரிதும் அக்கறை காட்டினார்.

பிரான்ஸ் மட்டுமின்றி, ரஷ்யா, பிரேஸில், அமெரிக்கா எனப் பல்வேறு நாடுகளின் சதுக்கங்களை அவரது சிலைகள் அலங்கரித்தன. சிலைகளுக்கெனத் தனி ஆயுள் உண்டு என்பது எல்லோருக்கும் தெரிந்ததுதான். எதிர்பாராத விதமாகவோ போதிய அக்கறையின்றியோ அவை அழிய நேர்ந்தாலும், மரங்களைப் போலவே அவற்றின் ஆயுளும் மனிதர்களின் ஆயுளைக்காட்டிலும் அதிக நாள் நீடித்திருக்கும்.

பஸ்தேர் இப்பொழுது இறந்துவிட்டதால், அவரது உடலை என்ன செய்வது? தன் பணியை அவர் தொடர்ந்து கவனிக்க அவரை எங்கே குடியமர்த்துவது? ஏனெனில், புகழ்பெற்றவர்களின்

பூத உடல்களும் எதிர்கொள்ள வேண்டியவை எத்தனையோ உள்ளன. அவை ஓய்வெடுக்கப் போகின்றன என எண்ணாதீர்கள். புனித யாத்திரையாக அவற்றைத் தேடி வருபவர்களை அவை வரவேற்றாக வேண்டும். துயரத்தில் உள்ளவர்களைத் தேற்றியாக வேண்டும்.

இளைஞர்களிடையே ஆய்வுப்பணியின்மீது ஆர்வத்தைத் தூண்ட வேண்டும்.

எனவே, அவருக்கான இறுதி இருப்பிடமாக எதனைத் தெரிவு செய்வது?

முதலில் பாரீஸின் நோத்தர்தாம் தேவாலயத்தின் கல்லறை ஒன்றில் அவர் தங்கியிருந்தார். அது தற்காலிகமானதுதான்.

காலம் கடத்த வேண்டாம். உடனடியாக இந்தப் புகழ்பெற்றவர்களின் கல்லறைகள் உள்ள பாந்தேயோனிலிருந்து அவரை அப்புறப் படுத்திவிடுவோம். பிரம்மாண்டமான இக்கல்லறைகள், பஸ்தேரை பொறுத்தவரை, மிகவும் மதச்சார்பற்றத் தன்மை கொண்டவைப் போல இருந்தன. மேலும், அவரால் பொறுத்துக் கொள்ள முடியாத உய்கோவின் அருகில் நிரந்தரமாகத் தங்குவது என்ற பேச்சுக்கே இடமில்லை.

கடைசியாக ஒருமுறை அர்புவாவுக்குத் தொடர்வண்டிமூலம் பஸ்தேர் பயணமாவாரா?

கடும் உழைப்பில் ஈடுபட்டவாறும், மகிழ்ச்சியாகவும் எத்தனையோ கோடைகளைக் கழித்த இந்த ழுய்ரா மலைப்பகுதியில் தன்னைப் புதைக்க வேண்டும் எனும் விருப்பத்தைப் பலமுறை அவர் தெரிவித் திருந்தார். கூட்டிக்கழித்துப் பார்த்தால் மரணம் என்பது என்ன? நெடுந்துயில் பயணத்தின் ஓய்விடம்.

அர்புவா கல்லறை, திராட்சைக் கொடிகளாலானது அல்ல. மாறாக, சிலுவைகளால் ஆன நிலமாகும். வளருவதற்கு நீண்ட நாட்கள் பிடிக்கும் வால்நட் மரங்கள் அங்கு நிழல் தந்துகொண்டிருக்கும். அவற்றின் நிழலில் ஆடுகள் மேய்ந்தபடி இருக்கும். அந்த நகரின் சேன் ழுயிஸ்த் தேவாலயத்தின் மணி (60 மீட்டர்) மட்டுமே பிரதானமாகத் தெரியும். ஒரு காலத்தில், அது இன்னும் உயரமாகத் தெரிந்ததாகக் (75 மீட்டர்) கூறப்படுகிறது. இதன்மூலம், எதிரிகள் நெருங்கி வருவது மிக தூரத்திலிருந்தே அந்தக் கிராமத்தினருக்குத் தெரிந்து போகும். பல்வேறு தொனிகளில் ஒலிக்கும் அந்த மணி, நேரத்தை அறிவித்தபடி இருக்கும். அங்கே நிரந்தரமாய் ஓய்வெடுக்கும் மக்களின் காலத்தைக் கேலிசெய்வதாக அவை அமையும்.

ஐந்து நினைவிடங்கள் பஸ்தேரின் பெயரைத் தாங்கி நின்றன. ஏனைய குடும்பங்களின் மத்தியில் முதல் நினைவிடம் தன்னந் தனியாக நின்றிருந்தது. “1848ஆம் ஆண்டு மே மாதம் 21 ஆம் நாள் மறைந்த மூான் எத்தியெனேத் பஸ்தேர் இங்கே உறங்குகிறார்”. அவருடைய தாய். அதிகப்பாசம் வைத்திருந்த தமக்கை ழொசெஃபீன் ஏன் தூரத்தில் புதைக்கப்பட்டிருக்கிறார்? மற்ற மூன்று நினை விடங்களும் அதிகம் குளிராமல் இருக்கும் விதமாக அருகருகே அமைக்கப்பட்டிருந்தன. அவற்றின்மீது ஆரவாரமில்லாத வகையில் தூய வெண்மை நிறத்தில் பெயர்ப்பலகைகள் இருந்தன.

மூன்று நினைவிடங்களும் முக்கோண வடிவில் அமைந்திருந்தது தான் துயரத்தின் உச்சம் எனலாம்.

12 வயதில் காலமான
செசீல் பஸ்தேர் மற்றும்
பாரிஸில் 2வயதில் காலமான
கமீல் பஸ்தேர் ஆகியோர்
இங்கு உறங்குகின்றனர்.

9 1/2 வயதில் காலமான
மூான் பஸ்தேர்
இங்கு உறங்குகிறார்.

ஷெவாலியே தெலா லெழியோந்தொனேர்
மெதாய் தெ சேந்தெலன்
ஆகிய சிறப்புகளைப் பெற்ற
மூான் ழொசேஃப் பஸ்தேர் இங்கு உறங்குகிறார்.

நினைவுப் பெயர்ப்பலகைகளின் மீது சிலுவைகள் பொருத்தப் பட்டிருந்தன. இவற்றின் மதிப்பினை அறியாத பருவநிலைமாற்றத்தால் அல்லது வழிபோக்கர்களால் அவை சேதப்படுத்தப் பட்டிருந்தன.

கொஞ்சம் தூரத்தில், வலேரி ரதோ குகையில், தன் கணவரின் அருகில், மரி லூயிஸ் அடக்கம் செய்யப்பட்டிருந்தார். பஸ்தேரைப் பொறுத்தவரை, தன் கண்முன் இறக்காத ஒரே மகள் அவர்தான்.

இதோ உறங்குகிறார், இதோ உறங்குகிறார்.....

செய்யும் பணிமீது இத்தகைய ஆர்வம் கொண்டுள்ள ஒருவருக்கு இந்த அமைதியான ஓய்விடம் பொறுத்தமாக இருக்காது என்று அவருடைய மருமகனும் மகளும் கருதியிருக்க வேண்டும். இந்த இறுதி இடத்தை அவருக்கு வழங்க அவர்கள் சம்மதிக்காததற்கு இதுதான் காரணம். எனவே, ஆய்வாளர்கள் மத்தியிலேயே அவரை இருக்கவிட வேண்டும் என்னும் எண்ணம் உதித்தது.

எது எப்படியாக இருந்தாலும், குடும்பத்தினர் திட்டமிட்ட பிறகு ஒருவரின் கடைசி விருப்பத்துக்கு வேறு ஆதரவு என்ன வேண்டும்?

மருமகன், அவருடைய மனைவி, மைத்துனர் ஆகியோர் முடி வெடுத்துவிட்டனர். பஸ்தேர் ஆய்வகத்தில்தான் அவரை அடக்கம் செய்வது என முடிவெடுக்கப்பட்டது.

அவருக்கெனத் தனித்த நினைவுச்சின்னம். மொசைக் கற்கள், பொன் அலங்கார வேலைகள் மிகுந்த கற்பனைக் காட்சிகள். அவற்றில் தேவதைகள், நாய்கள், முயல்கள் ஆகியவை இடம் பெற்றிருந்தன.

இவை எல்லாவற்றுக்கும் மேலாக, நினைவுச்சின்னம் என்னும் வகையில் மரகத கற்களாலான பெரியதொரு பேழை. இன்வாலிது நினைவகத்தில் உறங்கும் நெப்போலியனுக்குப் போட்டியாக அப்படி வைத்திருப்பார்கள் என நிச்சயமாகக் கூறமுடியும். இறந்தபின், மரியும் அங்குதான் அவருடன் இணையவிருக்கிறார்.

பீடத்தின் அடிப்பகுதியில் அதனை மூடியிருந்த பலகை வெறுமையாக இருந்தது.

அவர்களுக்குள் வெறுப்பு இருந்தது

விக்தோர் உய்கோவும் லூயி பஸ்தேரும்.

ஒருவர் மாபெரும் எழுத்தாளர், இன்னொருவர் மாபெரும் அறிவியலறிஞர்.

பிரான்ஸுக்கு அப்பாலும் இன்றளவும் ஒளிவீசிக்கொண்டிருக்கும் இரு கலங்கரை விளக்குகள்.

மனித குலத்திற்கு நன்மை செய்தவர்கள்.

ஒருவர் மனித மனத்தின் சஞ்சலங்களை ஊடுருவி ஏழை எளிய வர்களுக்கு மதிப்பினை மீட்டுத்தந்தார். அதன் காரணமாக, இன்றும் லத்தீன், அமெரிக்கா முதல் சீனம்வரை புகழுடன் விளங்குகிறார்.

மற்றொருவர், வாழ்வின் மூலத்தைக் கண்டுபிடித்தவர், வெறி நாய்க் கடியை வெற்றி கண்டவர்.

தன் விடுதலையைத் தக்கவைத்துக்கொண்ட இந்தப் பிரான்ஷ் கோந்தே என்னும் பகுதியில்தான் இருவரும் பிறந்தனர். உய்கோ பெஸான்சோன் நகரிலும் (1802), பஸ்தேர் டோல் நகரிலும் (1822) பிறந்தனர். இரண்டு நகரங்களுக்குமிடையே 60 கிலோமீட்டருக்கும் குறைவான இடைவெளியே இருந்தது.

இருவருமே முதலாம் நெப்போலியன் வரலாற்றைக் கேட்டு வளர்ந்தவர்கள். உய்கோவின் தந்தை நெப்போலியனின் தளபதிகளில் ஒருவராவார். பஸ்தேரின் தந்தை அவரது படைவீரர்களில் ஒருவர்.

நெப்போலியனின் தம்பி மகனான மற்றொரு பேரரசன் பதவிக்கு வந்ததும் இந்த இருவரும் நிரந்தரமாகப் பிரிய நேர்ந்தது.

நெப்போலியனின் இளம் வாரிசினை ஏற்றுக்கொள்ள இயலாத தால் கெர்னெசே பகுதிக்கு உய்கோ நாடுகடத்தப்பட்டார்.

ஆணைக்கு உடன்படும் பஸ்தேர், பேரரசர் சபையின் கொண்டாட் டங்கள் நடக்கும் இடமான கோம்பீயஞ்சிக்கு அழைக்கப்பட்டதை விருப்பத்துடன் ஏற்றுக்கொண்டார்.

உண்மையில், விரும்பியிருந்தால் அவர்கள் இருவரும் சந்தித் திருக்க வாய்ப்பிருந்தது.

உய்கோ அமைச்சர் பதவியினைப் பெறும் கனவில் இருந்தார். அரசுக் கல்வித்துறையின் அமைச்சர் பதவி தனக்கு பொருத்தமான தாக இருக்கும் என நினைத்தார். அவரது கோரிக்கையை மூன்றாம் நெப்போலியன் ஏற்றிருந்தால், நிச்சயமாக விக்தோர் உய்கோவும் கோம்பியேஞ்சிக்குச் சென்றிருப்பார். “லெ மிசராப்பில்” என்னும் அவரது புதினத்தையும் எழுதியிருக்கமாட்டார். அரசியல், காதல் என எதுவாக இருந்தாலும் எழுத்தாளர்களுக்கு ஏற்படும் ஏமாற்றம் கலந்த சோகம் அவர்களது படைப்புகளுக்குப் பெரிதும் உதவும்.

பஸ்தேரைப் பொறுத்தவரை, உய்கோ நிறைய பேசுபவராகவும் நல்ல உள்ளம் கொண்டவராகவும் தெரிந்தார். சமுதாயத்தைத் தவறான பாதையில் கொண்டு செல்லும் அபாயம் தெரியாமல், எதையும் அலசிப்பார்க்காமல் கொள்கையளவில் மிகவும் எளியவர் களின் பாதுகாவலராக இருப்பதாகக் கருதி உய்கோவைப் பஸ்தேர் வெறுத்தார்.

உய்கோவுக்கும் பஸ்தேரிடம் பிடிக்காத விஷயங்கள் இருந்தன. வெளியூரிலிருந்து வந்து இந்த அளவு வெற்றியடைந்த சாதாரண நடுத்தரவர்க்கத்தைச் சேர்ந்த பஸ்தேர் ஒரு பழமைவாதி மட்டுமின்றி எந்தவொரு ஆதிக்கச்சக்தியையும் ஆதரிப்பவர்.

இவர்களுக்குள் இருந்த வெறுப்பு சமரசம் செய்துகொள்ள முடியாததாக இருந்தது. எனினும், இவ்விருவரும் எது முக்கிய மானதோ அதில் ஒற்றுமை கண்டனர். உரிய வயதானதும் தாத்தா வாகும் மகிழ்ச்சிதான் அது. என்றும் புதிராக இருக்கும் கடவுள்மீது

ஒரே மாதிரியான நம்பிக்கை வைத்திருந்தனர். நமக்குமேல் ஒரு சக்தி நிச்சயமாக இருக்கிறது. ஆனால், என்றாவது ஒரு நாள் இதைவிட அதிகமாகத் தெரிந்துகொள்ள நாம் யார்?

அடிப்படையில், அவர்கள் கொண்ட உத்வேகம் ஒரே மாதிரியானதுதான். மிகவும் தீவிரமானது. ஆனால், அவர்களுடைய உத்வேகத்தின் இலக்கு வேறாகும். ஒருவர் விடுதலையை நேசித்தார். மற்றவர் அறிவியலை நேசித்தார்.

ஒருவர்பின் ஒருவராக அவர்களை மரணம் பலிவாங்கியதும் ஒரே மாதிரியாகத் தேசிய அளவில் மரியாதை செய்து நல்லடக்கம் செய்யப்பட்டனர்.

இருவருக்கும் ஒரே அளவில் மக்களும் பெரும் திரளாக வந்து துயரத்துடன் தங்கள் மரியாதையையும் நன்றியையும் அவர்களுக்குத் தெரிவித்தனர்.

இருவருமாகச் சேர்ந்து தாங்கள் வாழ்ந்த நூற்றாண்டினை நிறைவு செய்தனர்.

மரணத்தின்போதும் பணிகள் தொடர்ந்தன
(வாழ்க வாழ்க்கை)

பழகுவதற்குக் "கடினமானவர்" எனப் பெயர்பெற்ற ஒருவர் இவ்வளவு சிறப்பாக, இத்தனை காலத்துக்கு எல்லோராலும் சூழப் பட்டிருப்பது யாருக்கும் அமையாது.

இதைப் போன்றதொரு உறுதியான குழுவும் அமையாது. ஏற்றுக் கொள்ளப்பட்டவுடன் அவர்கள் அங்கேயே நிரந்தரமாகத் தங்கி தங்கள் ஆசிரியரின் பணிக்குப் பங்களிக்கவும் பின்தொடரவுமாக இருந்தனர்.

இன்றுவரை பரம்பரை பரம்பரையாகப் புதுப்பிக்கப்பட்டபடி இருக்கும் இக்குழுபோல் எந்தக் குழுவும் இத்தனைக் காலம் நீடித்த தில்லை.

1862ஆம் ஆண்டு பஸ்தேர் இறந்தபோது யுல்ம் தெருக்கு வந்த எமீல் துய்குலோ இந்த நிறுவனத்தின் பொறுப்பினை ஏற்றுக் கொண்டார்.

இவரைத் தொடர்ந்து எமீல் ரூ வந்தார். இவர் 1878 ஆம் ஆண்டு முதல் இயங்கி வந்தார். இவருக்குத் துணையாக மெட்சின்கோஃப் இருந்தார்.

அறிவியலின் இத்தகைய நட்சத்திரங்களின் அருகில் மிகவும் அடக்கமாக இருந்த அவர்களது உதவியாளர்களின் மனதில் ஒரே எண்ணம்தான் இருந்தது. பஸ்தேரை ஒருமுறை சந்திப்பது, உள்ளே சென்று அவருக்குத் துணையாகப் பணியில் நீடிப்பது என்பதுதான் அந்த எண்ணம்.

வெறி நாய்க்கடிக்கு எதிரான அவரது முதல் வெற்றி அந்த நாய்க்கடிக்கு உள்ளான இருவரின் சிகிச்சையில் தொடங்கியது. அப்பொழுது அலுவலர்களாகச் சேர்ந்த மேய்ஸ்டெரும் ழுய்ப்பியும் நிறுவனத்தைவிட்டுப் போகவேயில்லை. 1940ஆம் ஆண்டு ஜுன் மாதம் 24ஆம் நாள், ஜெர்மானியர்கள் உள்ளே ஊடுருவும் காட்சியைப் பார்ப்பதைக் காட்டிலும் தற்கொலை செய்துகொள்ளலாம் என மேய்ஸ்டெர் நினைத்தார்.

பஸ்தேர் தான் அவர்களது தந்தை. அவரது பரிசோதனைக்கூடம் தான் அவர்களது இல்லம். ஆய்வு அவர்கள் வாழ்வின் அர்த்தம்.

1916ஆம் ஆண்டில் ஒரு நாள். மீண்டும் ஒருமுறை எச்சிலில் ரத்தம் வந்தபோதும், தன் வீட்டுக்குத் திரும்புவதில்லை என எமீல் ரூ முடிவெடுத்தார். கொஞ்சம் அதிகமாகவே சிக்கலாகிப்போன தன் வாழ்க்கை அவருக்குக் கனத்திருக்க வேண்டும். உள்ளே விடுதியின் சிறிய அறையில் மருத்துவமனையின் மாடியில் தங்கினார். அவரது இறுதிக்காலம் வரை அதுதான் அவரது இருப்பிடமாக இருந்தது.

1933 ஆம் ஆண்டு அக்டோபரில், தன் நண்பராகவும் சகோதர ராகவும் இருந்த கால்மேத்தின் மரணத்தை அறிந்து அதிர்ச்சியில் உறைந்துபோனார். ஐந்து நாட்கள் கழித்து அவரும் இறந்துபோனார்.

★
★ ★

நிச்சயமாக அங்கேயும் சூறாவளிகள் வீசியுள்ளன. காயப்படுத் தக்கூடிய சந்தேகங்கள், அநீதி இழைக்கப்படுவதாய் எழுந்த உணர் வுகள், ஏறக்குறைய வெளியில் தெரியாத கோபங்கள் எனப் பல விஷயங்கள் இருந்தன. வெறிநாய்க்கடிக்குக் காரணமான கிருமிகளின் வீரியத்தைத் தணிக்கும் முறையினைப் பஸ்தேர் தன்னிடம் இருந்து பறித்துக்கொண்டதைக் கண்ட ரூ, சில வாரங்கள் பஸ்தேரிடம் பேசாமல் இருந்ததாகக் கூறுவதுண்டு.

நிச்சயமாக, இவர்களிடையே சில பொறாமையுணர்வுகள் உள்ளுக்குள் புகைந்துகொண்டிருந்தன. அவற்றுக்குக் காரணம் புகழ டைய வேண்டும் எனும் வேட்கை மட்டும் அல்ல. அடிக்கடி தன் உடல்நிலை பாதிக்கப்பட்டாலும்கூட, ரூ தன் எடுப்பான தோற்றத்

தோடு மற்றவர்களை எளிதில் ஈர்க்கக்கூடியவர். இவர், கொஞ்சம் மந்தமான ஆசிரியர் ஒருவரின் மனைவி திருமதி. மரி தெலேத்ர் என்பவருடன் நெருங்கிய தொடர்பு வைத்திருந்ததோடு நிறுத்திக் கொள்வில்லை. மெட்சின்கோஃபின் அழகான மனைவியையும் காதலித்தார். ரூவைப் பற்றி அறியாமல் அஜாக்கிரதையாக அவரை வீட்டுக்கு வரவேற்று உபசரித்த தவற்றை மெட்சின்கோஃபின் செய்திருந்தார்.

வாழ்க்கையைப் புரிந்துகொண்டு அதனைப் பாதுகாக்க வேண்டும் என்னும் இலக்கின் பெருமை, எல்லோருக்கும் பொதுவாக அமைந்த வேட்கையின் மேன்மை ஆகியவை அவர்களிடையே இருந்த மனக் கசப்புகளை மறக்கச் செய்தன.

துயோங் பஸ்தேர்

நோய்க்கு எல்லை என்பதில்லை. மேலும், உண்மை என்பது பரிசோதனைக்கூடங்களில் மட்டும் கண்டுபிடிக்கப்படுவதில்லை. எனவே, பஸ்தேர் பாரீசுடன் திருப்தியடையவில்லை.

ரஸேமிக் அமிலத்தினை ஐரோப்பா முழுவதிலும் தேடினார்.

பெப்ரீன் மற்றும் பிலாச்சரி என்னும் சவலை நோய்க்கு எதிரான தன் போராட்டத்தை மேற்கொள்ள அலேஸைத்தான் தலைமை யிடமாகத் தேர்ந்தெடுத்தார்.

நிறுவனத்தினை ஆரம்பிப்பதற்கு முன்னதாகவே ஆராய்ச்சியாளர் களைத் தூரத்தில் உள்ள பகுதிகளுக்கு அனுப்பிவைத்தார். காலரா கிருமிகளை இனங்கான எகிப்துக்கும், முயல்களைக் கொல்லும் நோயினை முறியடிக்க ஆஸ்திரேலியாவுக்கும் ஆட்களை அனுப் பினார்.

1887ஆம் ஆண்டில், அதாவது வெறிநாய்க் கடிக்கான முதல் தடுப்பு ஊசி செலுத்தி இரண்டு ஆண்டுகளே முடிந்த நிலையில் ஒதெசாவில் இருந்து பிரேஸில் வரை, மெக்சிக்கோ முதல் நியூயார்க் வரை என உலகின் அனைத்துப் பகுதிகளிலும் குறைந்தது 14 மையங்களில் இந்தச் சிகிச்சை மேற்கொள்ளப்பட்டது.

19ஆம் நூற்றாண்டின் இறுதியில் காலனிகளின் அரசு இணைச் செயலராக இருந்த திரு. எத்தியேன் யாருக்காவது நினைவுக்கு வருகிறாரா?

இருந்தாலும் அவரது புகழ் ஓங்குக.

கீழ்நிலையில் இருந்த இந்த அமைச்சர்தான் பஸ்தேரை இந்தோ சீனத்துக்குச் சென்று தடுப்பூசி தயாரிக்குமாறு ஆலோசனை கூறியவர்.

அல்பேர் கல்மேத் (27 வயது) அப்பொழுதுதான், சேன்பியர் எ மிக்கெலோனில் நீண்ட நாள் பணியாற்றி முடித்துக் குழுவில் வந்து சேர்ந்திருந்தார். அங்கு அவர் விலைமாதுகளின் உடல் நலத்தினைக் கவனித்து வந்தார்.

"நீங்கள் கடல் பயண அனுபவம் உள்ளவர். எனவே, எங்காவது வெளியே புறப்படத் தயாராக இருப்பீர்கள். ஆசியா என்றால் இப்பொழுது சம்மதமா?"

1891ஆம் ஆண்டு ஜனவரி மாதம் முதல் தேதி, கப்பலில் சைகோனுக்குப் பயணமானார். அப்பகுதியில் நிலவி வந்த அம்மை நோய், பாம்புக்கடி ஆகிய இரண்டு பெரும் தீங்குகளுக்கு எதிரான தாக்குதலில் உடனடியாக இறங்கினார்.

வெளிநாட்டில் முதல் பஸ்தேர் நிறுவனம் உருவானது.

இதனைத் தொடர்ந்து மேலும் முப்பது நிறுவனங்கள் தொடர இருக்கின்றன.

துனீஷியா, கான்ஸ்டான்டிநோபிள், தக்கார், தானாநரீவ் அல்ஜியர்ஸ் (அல்ஜீரியா), தாஞ்சியர், ஷெங்டு (சீனா), கெயேன், அடிஸ் - அபாபா (எத்தியோப்பியா), பினாம் பென் (கம்போடியா), நுமேயா, பாங்கி, வியன்தியான் (லாவோஸ்) எனப் பல இடங்களில் அவை நிறுவப்பட்டன. பல நிறுவனங்கள் மூடப் பட்டன. மேலும் பல திறக்கப்பட்டன. இன்று 5000 பேர் அவற்றில் பணியாற்றி வருகின்றனர்.

124 ஆண்டுகள் கழித்து, 2015ஆம் ஆண்டு மார்ச் மாதம் 19ஆம் நாள், வியட்நாமில் உள்ள ஹோ சி மென் நகரம்.

அறிவியல் வளர்ச்சியின் வேகம் மென்மையான சைகோனை ஆட்கொண்டது. மிதி வண்டிகள் போய் ஏராளமான இருசக்கர மோட்டார் வாகனங்கள் வந்தன. அவற்றைத் தொடர்ந்து வாகன நெரிசல் ஆரம்பித்தது. ஒன்றன்பின் ஒன்றாகப் பழைய வீடுகள்

இடிக்கப்பட்டு வானளாவிய கட்டடங்கள் எழும்பின. காரணம், நில வணிகத்தைக் கம்யூனிசத்தால் தடுக்க இயலவில்லை.

இத்தகைய பரபரப்புக்கு இடையில், பஸ்தேர் நிறுவனம் இயங்கி வந்தது. அமைதியின் இருப்பிடம் அது. தோட்டத்தின் மத்தியில் சில கட்டடங்கள் கொண்ட தொகுப்பு. மொத்தத்தில் ஏதோ நேற்றுதான் கட்டப்பட்டதைப் போன்று தோன்றும் அளவுக்கு முகப்புகளுக்கு முழுமையாக வெள்ளை நிறத்திலும், சீராக வெட்டப்பட்டு, தண்ணீர் பாய்ச்சப்பட்ட புல் தரை பச்சையாகவும் காணப்பட்டது.

அங்கு இருந்த 16 துறைகளில் 370 பேர் வேலை செய்கின்றனர். ஆய்வினையும் வருமுன் காக்கும் நடவடிக்கையினையும் (தடுப்பூசி) முடிந்தவரை சிறப்பாக மேற்கொள்ள ஒருங்கிணைந்து இயங்கி வருகின்றனர்.

பஸ்தேர் விரும்பியதைப் போல் அவர்கள் நகரைவிட்டு வெளியே சென்று நேரடியாகக் களப்பணியாற்றுவதைக் கடமை யாகக் கொண்டுள்ளனர்.

இந்நிறுவனத்தின் உண்மையான நண்பரான பிரான்சுவாஸ் பரே சினுசி கடைசியாக அந்த இடத்துக்கு வந்து சென்றதை அங்கு உள்ளவர்கள் நெகிழ்ச்சியோடு என்னிடம் விவரித்தனர்.

எச்.ஐ.வி. கிருமிகள் குறித்த ஆய்வுகளுக்காக மருத்துவத்துக்கான நோபல் பரிசினை 2008ஆம் ஆண்டில் லூயிக் மோந்தாஞ்ஞியே வென்றபோது வியட்நாம் மக்கள் அடைந்த மகிழ்ச்சியினையும் அவர்கள் பகிர்ந்து கொண்டனர்.

நிச்சயமாக, பஸ்தேரின் மரணத்துக்குப் பின்னரும் பணிகள் நடந்து வருகின்றன. ஏனெனில், இந்த ஆய்வாளர்கள் எல்லோரும் பஸ்தேரின் வழிவந்தவர்கள்.

ஹோ சி மென் நகரில் உள்ள பஸ்தேர் நிறுவனம் எய்ட்ஸ் நோயி னுக்கு எதிரான போராட்டத்திற்கு முன்னுரிமை அளித்து வருகிறது. இதைத் தவிர, மற்ற நோய்களுக்கு எதிரான நடவடிக்கைகளிலும் கவனம் செலுத்தி வருகிறது. டெங்கு, மஞ்சள் காமாலை, பல வகையான குளிர் காய்ச்சல்கள், ‘‘கை-பாதம்-வாய் நோய்’’ என்னும் குழந்தைகளைத் தாக்கும் திடீர் கொப்புளங்கள் ஆகியவை இவற்றில் அடங்கும்.

★
★ ★

சுவிட்சர்லாந்து மக்கள் அதிகமாக நேசிக்கும் விளையாட்டு நீச்சலாகும். அந்நாட்டைச் சேர்ந்தவரான அலெக்சாந்தர் எர்சின் அதற்கு விதிவிலக்கல்ல. எமீல் ரூவுக்குப் பிறகு, நுண்ணுயிரியல் வல்லுநராகச் சிறப்பானதொரு பணியை அவர் தொடங்கினார். திடீரென ஒரு நாள், வெளிநாட்டில் வேலை செய்வது என முடி வெடுத்துக் கப்பல் தகவல் நிறுவனமான “கொம்பாஞ்ஞி தெ மெசாழரி மரித்தீமி”-இல் மருத்துவராகப் பணியில் சேர்ந்தார். பத்து ஆண்டுக் காலத்திற்கு ஆய்வு, நிர்வாகம், புதுத் தேடல் எனத் தன் பணியை அமைத்துக்கொண்டார்.

அவர், டிஃப்தீரியா என்னும் தொண்டை அழற்சி நோயினை ஒழிப்பதில் வெற்றி பெற்றதோடு அந்தக் கொள்ளை நோய்க்குக் காரணமான கிருமியைக் கண்டுபிடித்திருந்தார். இதைத் தவிர, கால் நடைகளைத் தாக்கும் கோமாரி நோய்க்கான சிகிச்சை, ரப்பர் மற்றும் சிங்கோனா மரம் ஆகியவற்றின் வளர்ச்சிக்கு ஏற்ற பருவ நிலையைக் கொண்ட தலாத் பகுதியைக் கண்டுபிடித்தது எனப் பல்வேறு நல்ல விஷயங்களுக்காக அவர் நினைவுகூரப்படுவார். அவரது முயற்சியால்தான் அப்பகுதி எல்லோராலும் விடுமுறைத் தளமாகப் போற்றப்பட்டது.

ஓய்வு நேரத்தில், 6 எச்.பி திறன் கொண்ட தன் செர்போலேக் காரில் பயணம் செய்வார். கோஷின்ஷீன் பகுதியில் முதன்முறையாக ஓடியது அந்தக் கார்தான். திரைப்படக் காட்சிகளுக்கு ஏற்பாடு செய்வார். தன் புகைப்படக் கருவிகளைத் தயார் நிலையில் வைத்துக் கொள்வார். விமானம் ஓட்டக் கற்றுக்கொண்டார். தகவல் தொடர்பு நிலையங்களை அமைத்தார். வான் வரைபடம் ஒன்றை வரைந்தார். விர்ழீல் அல்லது மர்ம நாவல் ஒன்றைப் படித்துப் பொழுதைக் கழித்தார். அந்த நாவல் பெரும்பாலும் லெ மாஸ்க் என்னும் தொகுப்பில் இடம்பெற்றதாக இருக்கும்.

இந்த அளவுக்கு பன்முகத்தன்மையுடைய முழுமையடைந்த வாழ்க்கையை எங்காவது கேள்விப்பட்டிருக்கிறீர்களா? பத்ரீக் தெவீல் எழுதிய அழகிய நூலான “கொள்ளை நோயும் காலராவும்” என்ற நூலினைச் சற்றே புரட்டிப்பாருங்கள்.

கசப்புணர்வோடு சிலர் முணுமுணுக்கலாம்:“ அவருக்கு எந்தப் பெண்ணும் அறிமுகமில்லை. எந்தக் குழந்தையும் பிறந்ததாகத் தகவல் இல்லை. தன்னிகரில்லாத இந்த மேதை வாழ்க்கையின் முக்கியமானதைப் பெறவில்லை”.

அவரவர் தரும் முன்னுரிமையைப் பொறுத்த விஷயம் என்பதால் நான் இதற்கு எவ்விதக் கருத்தும் கூறப்போவதில்லை.

கடலோரப்பகுதியில் அடிக்கடி பயணம் மேற்கொண்டதன் விளைவாகச் சைகோனுக்கும் உய்யேவுக்கும் இடைப்பட்ட பகுதி யொன்றின்மீது எர்சினுக்குப் பெரும் விருப்பம் ஏற்பட்டது. அங்கு தான் குடியேறுவது என முடிவெடுத்தார். அவரது வீட்டின் அருகே வசித்த அனைவரும் மீனவர்கள். அக்கிராமத்தின் பெயர் ஸோம் கான். நாத்ராங் எனும் கோரமான நகரம் ஒன்று அவரைக் கவர்ந்தது. ஒழுங்கின்றி அமைந்திருந்த உயரமான கட்டடங்கள், இப்பகுதி யின் இயற்கை அழகினைக் கெடுத்தது. அக்கட்டடங்களில் வசித்த வர்களில் பெரும்பான்மையினர் ரஷ்யர்களாக இருந்தனர். அவர்கள் சைபீரியாவிலிருந்து வந்தவர்கள். பகல் நேரத்தில் அவர்கள் வெய் யிலில் சுற்றி மேலும் சிவப்பாவார்கள். இரவு நேரத்தில் இளம் உடல்களை அனுபவிப்பார்கள். சுருக்கமாகச் சொன்னால், இந்தச் சுற்றுலா விடுதி வெற்றிகரமாக இயங்கியது எனலாம். 1895ஆம் ஆண்டு முதல், அந்த இடத்தில் எர்சினால் உருவாக்கப்பட்ட பஸ்தேர் நிறுவனம் ஆய்வு, சிகிச்சை எனும் இரண்டு நோக்கங்களை நிறை வேற்றுவதில் முனைப்புடன் இயங்கியது. அங்கு 163 பேர் பணியில் சேர்க்கப்பட்டனர். ஆய்வுத்திட்டங்களுக்கு ஜப்பான், நார்வே, ஆஸ்திரேலியா, அமெரிக்கா ஆகிய நாடுகள் கூட்டாக நிதியுதவி செய்துவருகின்றனர். ஹோ சி மென் நகரை விட இங்கே விதிமுறை கடுமையாக இருந்தது. தங்கள் பணிக்காலத்தில் முக்கால்வாசி நேரம் களப்பணியில் கழிக்க வேண்டும். அதாவது பெரும்பாலும் வெகு தூரத்தில் உள்ள பகுதிகளில் சென்று பணியாற்ற வேண்டும்.

எப்போதும்போல் அமைதியும் அழகும் பொருந்திய இடத்தை அடைய வேண்டுமென்றால் மக்கள் குடியிருக்கும் கரையோரப் பகுதிகளைவிட்டு விலகிச் செல்ல வேண்டும்.

தன் ஆய்வுகளுக்காகவும், சீரம் தயாரிப்பதற்காகவும் சுயி தாவோ கிராமத்தின் மையப்பகுதியில் பண்ணை ஒன்றை எர்சின் அமைத்தார். அதைத்தான் அவரது வாழ்வின் இறுதி இருப்பிடமாகத் தெரிவு செய்தார்.

அவரது கல்லறையின்முன் நின்று வணங்க வேண்டுமென்றால் சிறிய குன்று ஒன்றிலிருந்து இறங்கிச் செல்ல வேண்டும். "புனித மான இடம் - தயவு செய்து அமைதி காக்கவும்" என அறிவிப்புப் பலகைகள் பார்வையாளர்களை வேண்டுகின்றன. மாமரங்களும் ரப்பர் மரங்களும் அக்கல்லறைக்கு நிழல் தருகின்றன. ஓய்வெடுக்க எஃகிலான கருப்பு நிற இருக்கைகள் உள்ளன. அங்கு மேற்கொள்ளப் பட்டுள்ள பணிகளுக்கான நிதியுதவி அளித்த நிறுவனங்களின் பெயர் கள் அவற்றில் காணப்படுகின்றன. உதாரணமாக, யசாக்கா சைகோன் நாத்ராங் பிரிமியர் பீச் ரிசார்ட் ஓட்டல் அண்ட் ஸ்பாவுக்கு நன்றி.

இடதுபுறம் மஞ்சள் சுவர்களும், சிவப்புக் கூரையிலுமான சிறிய குடில் ஒன்று உள்ளது. எர்சினின் புகைப்படத்துக்கு எதிரில் ஊதுபத்திகள் ஏற்றிவைக்கப்பட்டுள்ளன.

ஏனெனில், இம்மனிதரை வியட்நாம் மக்கள் காவல் தெய்வமாகக் கருதுகின்றனர். இவரும் அவர்களுடைய கடவுள்களில் ஒருவராகிவிட்டார்.

★
★ ★

1975ஆம் ஆண்டு, ஏப்ரல் மாதம் 30ஆம் நாள் தங்களது கூட்டணியான வியேத் கோங்குடன் சேர்ந்து சைகோனை, வியேத்மின் (விடுவித்த) கைப்பற்றியபோது காலனி என்பதற்கான அடையாளங்களை அழித்துவிட வேண்டியதைத் தவிர வேறு எதுவும் அவசரமான பணியாக அவர்களுக்குத் தெரிவில்லை.

விரைவிலேயே, தெருப்பெயர்களைத் தாங்கி நின்ற நீலநிறப் பலகைகள் தரையில் ஊன்றப்பட்டன. அதுவரை புதிய தலைவர்களின் பெயர்களை அவை அலங்கரித்தன. பரவலான பெயர் மாற்றத் திட்டம் செயல்படுத்தப்பட்டது. இவ்வாறாகக் கத்திநா வீதி டோங் கோய் ஆனது. அதாவது பொதுக்கல்வி வீதி என்று பொருள். பொனார் நிழற்சாலைக்கு லெ லுவா பெயர் கிடைத்தது.

இந்தச் சட்டம் செயல்படுத்தப்பட்டபோது நான்கு பெயர்கள் மட்டுமே தப்பிப் பிழைத்தன.

முதல் பெயர் அலெக்சாந்திர் தெ ரோத். 1591ஆம் ஆண்டு ஈரான் நகரமான இஸ்பாஹானில் பிறந்த இந்த நல்ல மனிதர்மீது காலனித்துவ எண்ணம் உடையவர் என்னும் சந்தேகம் வர வாய்ப்பில்லை. ஆனால், அவருடை யசிறப்புக்கு வேறு காரணம் உள்ளது. கொச்சின்ஷீன் தேவாலயப் பணிகளில் ஈடுபட்டிருந்த இந்த ஜெசுயித் பாதிரியார்தான் வியட்நாம் மொழியின் எழுத்துக்களையும் ஒலிபெயர்ப்பினையும் முதன்முதலில் உருவாக்கித் தந்தவர். இதன்மூலம், சீன ஆதிக்கத்திலிருந்து வியட்நாம் நாட்டினை விடுவித்தவராகிறார். வியட்நாமின் தேசியவாதிகள் அவரை என்றும் நன்றியுடன் நினைவு கூருவார்கள்.

தப்பித்த மேலும் இரண்டு பெயர்கள் நமக்கு நன்கு பரிச்சயமானவைதான்: கல்மேத், எர்சின்.

பஸ்தேர் என்னும் பெயர் சைகோனில் கடந்து வந்த பாதை மிகவும் குழப்பமானதாகும்.

முதலில், அதாவது 1863ஆம் ஆண்டு, வீதி எண் 24 என ஒன்றிருந்தது. அதற்கு 1865ஆம் ஆண்டு பெலரேன் வீதி என மாற்றிப் பெயரிட்டனர். 1952ஆம் ஆண்டு, அதனை மரேஷால் லெ கிலேர்க்கின் பெயரில் அழைக்க முடிவு செய்யப்பட்டது. பிரஞ்சியர் அங்கிருந்து புறப்பட்டபின்னர், அதாவது 1955இல்தான் அதற்குப் பஸ்தேர் வீதி என்னும் பெயர் கிடைத்தது.

1975ஆம் ஆண்டில் வியேத்மின் பிரிவினர் அதனை என்கேயன் தி மின் காய் என அழைக்க விரும்பினர். 1991ஆம் ஆண்டுதான் மீண்டும் அது பஸ்தேர் வீதியானது. இவ்வாறாக ஹோ சி மென் நகரத்தில், தன் கூட்டாளிகளான எர்சின், கல்மேத் ஆகியோருடன் பஸ்தேர் இணைந்துகொண்டார்.

துயோங் பஸ்தேர். அதாவது பஸ்தேர் வீதி. இவ்வீதி நகர மன்றத்துக்கும் (மேற்கு வாயில்) புரட்சி அருங்காட்சியகத்திற்கும் (பண்டைய லா கிராந்தியர் அரண்மனை) நடுவில் உள்ளது.

நன்றி

கடந்த 13 வருடங்களாக வியாழக்கிழமைகளில், பகல் நேரத்தில் பிரான்சுவா ழக்கோப் என்னும் வலதுசாரி மனிதர் அருகில் அமரும் வாய்ப்பினைப் பெற்றேன். பிரஞ்சு அகாதமியில் பணியாற்ற எங்களுக்கு அமைந்த அறை மிகவும் நேர்த்தியானதாகும். பழைய மூத்த அறிஞர்களுக்கு மத்தியில் அகராதியினை உருவாக்குவதில் ஈடுபட வேண்டியிருக்கும். அப்பணி நடக்கும்போதே, சொற்களுக்கு இடையே அரட்டையடிப்பதுண்டு.

அது போன்ற நேரத்தில் எங்கள் மதர் சுப்பீரியர் எலேன் கரேர் தான்கோஸ் எங்களைப் பார்த்து முறைப்பார். எனினும், பிரான்சுவா ழக்கோப் மட்டும் இதற்கெல்லாம் விதிவிலக்கானவர். நோபல் பரிசினைப் பெற்றவரைத் தண்டிப்பதில்லை.

எனவே, நாங்கள் நிறைய பேசினோம்.

சொல்லப்போனால், நான் ஆர்வமுடன் அவர் சொல்வதை நிறைய கேட்டுக்கொண்டேன்.

1940ஆம் ஆண்டில் நடந்த சம்பவங்கள் குறித்தும், சேட், (மத்திய ஆப்ரிக்க நாடு), லெகிலேர் விடுதலைக்கான பிரச்சாரம் எனப் பலவற்றைத் துண்டு துண்டாக மெல்லிய குரலில் எனக்கு விவரித்துள்ளார்.

உயிரியலைப் பொறுத்தவரை எனக்குள்ள ஆழ்ந்த அஞ்ஞானம் அவரைப் பெரிதும் கவர்ந்தது.

"நீதான் ஆர்வமுள்ள பணியாள் என்று சொல்லிக்கொள்கிறாயே", என

அவர்தான் இந்த நூலுக்கான விதையை என்னுள் விதைத்தவர்.

"ஏனெனில், ஏதோ ஒரு விஷயத்துக்காகத்தான் எதிர்பாராதவிதமாக பஸ்தேரின் இருக்கை உனக்குக் கிடைத்துள்ளது. அவரது வாழ்க்கையில் மூழ்கிவிடு. வேறுவழியில்லாமல் நீ சிலவற்றைக் கற்க நேரிடும்" என்று சொல்லிவைத்தார்.

அவர் கூறியது சரிதான். நம்மை உருவாக்கும் கூறுகளைப் பற்றிச் சிலவற்றைத் தெரிந்துகொள்ள ஆரம்பித்தேன். நம்மை அழிப்பவற்றைப் பற்றியும்தான்.

பிரான்சுவா மூக்கோப்புக்கு நன்றி.

இத்தகைய மாபெரும் தோழர் இப்போது இல்லாதது எனக்கு எவ்வளவு பெரிய இழப்பு என உங்களுக்குத் தெரிந்திருக்கும்.

★★★

அலீஸ் தோத்ரிக்கு நன்றி.

மாபெரும் பெண்மணியான இவர், பேராசிரியராகவும் செல் உயிரியலில் ஆய்வாளராகவும் இருந்தார். 2005 முதல் 2013 வரை பஸ்தேர் நிறுவனத்தை நிருவகித்து வந்தார். மிகவும் தாராளமனதுடன் அதன் கதவுகளை எனக்காகத் திறந்து வைத்து உதவியவர். குறிப்பாக, டாக்டர் ரூ வீதியில் கட்டப்பட்டக் கடைசி கட்டடத்தினை அவருடன் சென்று பார்வையிட்டது எனக்கு நினைவில் உள்ளது. 2012இல் திறக்கப்பட்ட அக்கட்டடம் பிரான்சுவா மூக்கோப்பின் பெயரைத் தாங்கியிருக்கிறது. புதிதாய்த் தோன்றும் நோய்களை முறியடிக்கும் பணி அங்கு நடக்கிறது. அலீஸ் தோத்ரி அருகில் இருக்கும்போது, ஆய்வின் முன்னணி வரிசையில் இருப்பது போல் உணர்வேன்.

★★★

மக்ஸீம் ஸ்வார்ட்சுக்கு நன்றி. புகழ்மிகு எக்கோல் பாலிடெக் னிக்கில் பயின்று வந்த இவர் அணுத்திறல் உயிரியலைத் தேர்ந் தெடுத்தார். பல ஆண்டுகள் ஆராய்ச்சியினை மேற்கொண்ட இவர் குறிப்பாக ழாக் மோனோட்டின் குழுவில் இணைந்து பணியாற்றி யுள்ளார். பின்னர் 1988 முதல் 1999 வரை பஸ்தேர் நிறுவனத்தின் நிர்வாகியாக இருந்தார். எங்களைப் போன்ற அறியாதவர்களுக்கு, தெளிவினைத்தரும் அவரது பிரமிக்கவைக்கும் நூல்களுக்கு மிகவும் கடன்பட்டுள்ளோம் (நூல் அட்டவணையைப் பார்க்கவும்). என் சிறிய நூலினை வாசித்துத் திருத்தியதன்மூலம் (என்னவொரு துல்லியம், பெருந்தன்மை) எனக்கு அவர் அளித்த பெரும் வெகு மதிக்கு நான் நன்றி தெரிவித்துக்கொள்கிறேன்.

★★★

சேந்தொபான் பகுதியைச் சேர்ந்த மருத்துவர் இசாபெலுக்கு நன்றி. அறிவியல் மீது பெரும் ஈடுபாடு கொண்ட ஆஞ்சியோ வல்லு நரான இந்த மருத்துவர், அறியாமையின் உச்சநிலையில் இருந்த எனக்கு உயிர்வேதியல், உடலியல் ஆகியவற்றின் அடிப்படை இயக்கங்களை விளக்க ஏன் தன் பொன்னான நேரத்தை ஒதுக்கினார் என்பது புரியாத புதிராக உள்ளது.

அவரது பொறுமைக்கும் தெளிவிற்கும் நன்றி.

★★★

என் வாழ்வின் முதல் 15 வருடங்களை 185, வொழிரார் வீதியில் அதாவது பஸ்தேர் சாலையின் கோடியில், வசிக்கச் செய்த என் பெற்றோருக்கு நன்றி. ஏறக்குறைய தொழில்முறை கார் பந்தய ஓட்டுநராக இருந்த என் தந்தை, பெரும்பாலான திங்கள் கிழமை களில் காலை நேரத்தில், கார் பந்தயத்தில் கலந்து கொண்டு திரும்பி யதும், சேறு அப்பிய தன் காரில் என்னையும் என் தம்பி தியேரி யையும் பள்ளிக்கு அழைத்துச் செல்வார். டிபிகாந்த் (டச் போனே) கவோ, பிரேகாத் என்னும் ரேனோ கார் அல்லது "போலி" சிம்கா கார், இவற்றில் ஏதாவது ஒன்று இருக்கும்.

எங்களுக்கு வேடிக்கை காட்டுவதற்காகப் பஸ்தேரின் சிலையை வேகமாகச் சுற்றிச் சுற்றி வருவார். அச்சிலை பிரெத்தேய் சாலையின் மையத்தில் மாடுகள் சூழ கம்பீரமாக நின்றிருக்கும். இப்படித்தான் சில சறுக்கும் சாகசங்களுடன் இந்த மாமனிதருடன் என் தொடர்பு தொடங்கியது.

★★★

எனக்கு 'சிகிச்சை அளிக்கும்' மருத்துவர் எனப்படும் என் இனிய புரியினோ ழெனெவ்ரேவுக்கு நன்றி. எனக்கு சிகிச்சை அளிக்கத் தொடங்கியதிலிருந்து மருந்துகளைவிடப் புத்தகங்களையே அதிக மாகப் பரிந்துரைத்திருந்தார். அப்படி அவர் எழுதித் தந்த புத்தகங் களில் ஒன்றின் துணைத்தலைப்பு என்னை எப்பொழுதும் கவர்ந்த தாகவே உள்ளது. அது பேராசிரியர் ஹான்ரி மோந்தோர் (கொரெயா பதிப்பகம், 1943) எழுதிய "மாபெரும் மருத்துவர்கள். ஏறக்குறைய எல்லோரும்". ஒவ்வொரு மருத்துவருக்கும் 20 பக்க அளவில் ஒதுக்கப் பட்டிருந்த அந்த நூலில், அத்துறைக்குப் பங்காற்றிய புகழ்பெற்ற சிலரைப் பற்றி விவரித்திருந்தார். பிஷா, லெனெக், துருசோ, பிரெத் தேனோ, குலோத் பெர்நார், பஸ்தேர் ஆகியோர் உள்ளிட்டவர்கள்.

இரண்டு ஈசிஜிக்கு இடையே அவர் எனக்குக் கூறிய பல கதைகள் நினைவில் உள்ளன. அவருடைய பெரியப்பா ழாக் ழெனவ்ரே ஹனாயில் உள்ள பஸ்தேர் நிறுவனத்தினை நிர்வகித்துள்ளார். அவரது மருத்துவ முனைவர்ப்பட்ட ஆய்வேட்டின் தலைப்பு "படை வீரர்களின் உயிரினங்கள்". கிருமியை எலிகளுக்குச் செலுத்துவதன் மூலம் எவ்வாறு அவற்றை படைவீரர்கள் சமாளிக்க முடிந்தது என் பதை விவரித்துள்ளார்.

எனவே, ழெனவ்ரே குடும்பத்திற்குப் பஸ்தேர் ஒரு காக்கும் மூதாதை.

★★★

பஸ்தேர் பற்றி நான் அதிகமாக அறிந்தவற்றுக்கும், அர்புவா பகுதி, குய்சான்ஸ் நதி ஆகியவை குறித்து நான் அறிந்த அத்தனைக்கும் இந்நகரின் கலாச்சாரத்துறையின் இணைச் செயலராகவும் மருத்து வராகவும் இருந்த பிலிப் புருய்நியோவுக்குத்தான் கடமைப் பட்டுள்ளேன்.

ஞானம், தாராள குணம் ஆகியவை தவிர அந்த மருத்துவரிடம் இரண்டு அம்சங்கள் இருந்தன. முதலாவது, அவர் பளிச்சென்ற நிறத்திலும் வினோதமான காட்சிகளையும் உடைய சட்டைகளை அணிவார். பிரான்ஷ் கோந்தே பகுதியில் இருந்த தெருவில் அதை எல்லோரும் ஆச்சரியமாகப் பார்த்தனர். உல்லாசக் கப்பலில் அணிந் திருந்தால் கவனத்தை ஈர்த்திருக்காது.

அடுத்தது, அவர் வேகமாக நடப்பார். அந்தப் பெரிய மனிதரின் சுவட்டில் தொடர்ந்து நடப்பவர்கள் விரைவில் சோர்ந்துவிடுவார்கள். ஒருவேளை ஒன்றும் தெரியாததுபோல் உங்களை நடக்கவைத்து ஆய்வு செய்கிறாரோ?

டோலில் உள்ள பெரும் மருந்தியலாளரான அலேன் மர்ஷால், (அவருக்கும் மனமார்ந்த நன்றியினைக் கூறியாக வேண்டும்) மருத்துவர் புருய்நியோ ஆகியோர் பஸ்தேர் நண்பர்கள் என்னும் அற்புதமான குழுவினைச் சேர்ந்தவர்கள். நாள்வாரியாக, இடம் வாரியாக, பிறப்பிலிருந்து இறப்புவரை, தங்கள் தலைவர் குறித்த அனைத்துச் செய்திகளையும் அவர்கள் அறிந்திருந்தனர்.

வெகுநாட்களாக (தங்கள் வாலிபப் பருவத்திலிருந்து எனக் கூறலாம்) பஸ்தேரின் வாழ்வோடு தங்கள் வாழ்வினையும் சில நண்பர்கள் இணைத்துக்கொண்டுள்ளனர். திடீரென அவருடைய வாழ்க்கைச் சரிதத்தை எழுத முயலும் உங்களது தேவை என்ன என்பதை அவர்களைக் காட்டிலும் வேறு யாரும் நன்றாகப் புரிந்து கொள்ள முடியாது. உங்களுக்கு இருக்கும் பதட்டத்தை அவர்கள் கண்டுபிடித்துவிடுவார்கள். மகத்தான ஆளுமையின் அன்றாட நட வடிக்கைகள் குறித்த கேள்விகளுக்குப் பதிலளிப்பதைக் காட்டிலும் மனதுக்கு வேறு எதுவும் அத்தனை இதமாக இருக்காது.

பிரான்ஷ் கோந்தே பல்கலைக்கழகத்தில் நுண்ணுயிரியல் துறை யில் வருகைதரு பேராசிரியராகப் பணியாற்றும் ரொழே ழிபேக்கு நன்றி.

மோந்திஞ்ஞி லேஸர்சுயிர் பகுதியில் பட்டுப்பூச்சி வளர்ப்பில் ஈடுபட்டுள்ள லுய்சியன் அவியே என்றழைக்கும் பாக்குயிஸ், அவர் மகன் வேன்சான் அவியே ஆகியோருக்கு நன்றி.

இன்றும் இணையற்ற வாசகரான ழொயேல் கல்மேத்துக்கு நன்றி.

★ ★ ★

ஹோசி மென் நகரில் இருந்த பிரஞ்சுத் தூதர் இமானுவேல் லி பத்தாலான், அவருடைய மனைவி ஏலேன் ஆகியோருக்கு நன்றி. அவர்கள் இருவரும் பெரும் அறிவும் உடனடியாக உதவும் பண்பும் உடையவர்கள்.

★ ★ ★

குலோது துய்ரான் குறித்து என்ன சொல்வது? ஒப்பற்ற பதிப்பாளர். அதாவது, நம்பிக்கை வைப்பவர். ஆனால், கவனமாக இருப்பவர். அறிவாளி. ஆனால், தாராள குணமுடையவர். பொறுமை இல்லாதவர். ஆனால், நேரத்தை மதிப்பவர். பொறாமைக் குணம் இருந்தாலும் புரிந்துகொள்பவர் (சில நேரங்களில் கொஞ்சம் சிரமத்துடன்) புதிய திட்டங்களின் சுரங்கம். (சரி, இதைக் கொஞ்சம் முதலில் முடிக்கிறீர்களா) எதார்த்தமாக அறிவுரை கூறுபவர். (பயணங்களை மட்டும் நீ கொஞ்சம் குறைத்துக்கொண்டால் என்பார்) உங்கள் புத்தகத்துக்குச் சேவை செய்ய ஆயத்தமாக இருப்பார் (ஏனெனில், அவரும் புத்தகங்கள் எழுதுகிறார்)

சுருக்கமாகச் சொன்னால், ஈடு இணையற்றவர்.

★ ★ ★

தட்டச்சுப் பிரதி என்பது ஒழுங்கின்றிக் கலைந்து கிடக்கும் தாள்கள் அடங்கிய சிறு பெட்டியைத் தவிர வேறு எதுவுமில்லை.

இந்தத் தாள்களைக் கொண்டு புத்தகம் ஒன்றினை உருவாக்குவதற்கு முனைபவர்தான் எலேன் கியோம்.

அட்டைப்பட அரசி, பக்கவடிவமைப்பில் வித்தகர், (ஏறக்குறைய) எந்த அச்சுப் பிழையினையும் தப்பவிடாத, நன்மை செய்யும் கழுகு, பின் அட்டைக்கு வாசகம் எழுத வேண்டும் என வந்துவிட்டால் ஹைக்கூ கவிஞர் அல்லது நுட்பமாகச் செயல்படும் ஊழியர்.

நன்றி

உதவிய நூற்பட்டியல்

உலகப் போர்களுக்கு இணையாக லூயி பஸ்தேர் குறித்தும் நூல்கள் எழுதப்பட்டுள்ளன என்பதில் ஐயமில்லை.

என்ன சொல்ல வருகிறேன் என்றால், மக்களின் ஆர்வம் எந்த நிலையில் உள்ளது என்பதற்கு இது ஒரு நல்ல அடையாளம்.

எந்த ஒரு புது நூலும், ஏற்கெனவே வந்துள்ள இது போன்ற ஏராளமான நூல்களை நிச்சயமாகப் பயன்படுத்திக்கொண்டு இரண்டு பெரும் தடைக்கற்களைக் கடக்க முயலும். சிலவற்றை மறந்து விடுதல், எழுதியதையே மறுபடியும் எழுதுதல் ஆகியவையே அத் தடைகள்.

இந்த முயற்சியில் இறங்குவதற்கு முன்பாக, நீங்கள் ஊகிப்பது போல் நானும் நிறைய வாசித்தேன்.

பெரும் எண்ணிக்கையிலான நூல்களில் எதுவும் எனக்குப் புரியாத அபாயம் இருக்கிறது. எனக்கு மிகவும் பயன்பட்ட நூல்களின் பட்டியல் இதோ. அவற்றில் அந்த மாமனிதனின் உலகத்தில் ஒவ்வொரு கட்டமாகப் பயணம் மேற்கொள்ளலாம்.

முதலில், பொதுவான ஓர் அறிமுகம் போல், ழானீன் துரோத் தெரோ எழுதிய "பஸ்தேர்" என்னும் நூல் (ஃபோலியோ வாழ்க்கைச் சரிதங்கள், கலிமார் பதிப்பகம், 2008). ஆய்வுக்களம் தயாரானது. இயக்கக்கூறுகள் விளக்கப்பட்டன.

அடுத்ததாக, சில தகவல்கள் பெறவும் அவர்மீது பெரும் ஈடுபாடு வரவும், மேதையான தன் மாமனாருக்கு மருமகன் செலுத்திய மாபெரும் அஞ்சலியாக விளங்கும் "பஸ்தேரின் வாழ்க்கை". ஆசிரியர் ரெனே வலேரி ரதோ. (ஃபிலாமாரியோன் பதிப்பகம், 733 பெரிய பக்கங்கள்)

பிறகு, ஒரு துப்பறியும் நாவல். "பஸ்தேரும் கோக்கும்" எனும் இந்நாவலினை அனீக் பெரோ, மக்ஸீம் ஸ்வார்ட்ஸ் ஆகியோர் படைத்துள்ளனர். கிருமிகள் உலக ஜாம்பவான்களான இருவரைப் பற்றிய இந்நூல் 2014ஆம் ஆண்டு, ஒதில் ழாக்கோப் பதிப்பகத் தின்மூலம் வெளியிடப்பட்டது. இதே ஆசிரியர்கள், இதே பதிப் பகத்தின் மூலம் பஸ்தேரின் குடும்பம் குறித்த ஒரு நூலினையும் எழுதியுள்ளனர். அதன் பெயர் "பஸ்தேரும் அவருடைய தளபதி களும்":ரூ, எர்ஸின் மற்றும் பலர்.

அவை இரண்டும் அறிவும், தெளிவும், ஆழமும், உயிரோட்டமும் என அரியதொரு கலவையில் அந்த மாமனிதரைக் குறித்தும் அவர் வாழ்ந்த காலகட்டம் குறித்தும் படைக்கப்பட்ட அற்புதமான நூல்

களாகும். இத்தனை தகவல்களும் தரக்கூடிய அளவு இருந்ததற்கு, இந்நூலின் ஆசிரியர்கள் வகித்த பணியும் காரணமாகும். ஒருவர் பஸ்தேர் அருங்காட்சியகத்தின் பாதுகாவலர், மற்றொருவர் பஸ்தேர் நிறுவனத்தின் இயக்குநர்.

பத்ரீஸ் தெப்ரே எழுதி, ஃபிலாமாரியோன் பதிப்பகத்தால் 1994-இல் வெளியிடப்பட்ட "லூயி பஸ்தேர்" என்னும் நூலினை வாசிக்கத் தவறாதீர்கள். ஏனெனில், அந்த விரிவானதொரு வாழ்க்கை வரலாற்றில் அவரது கண்டுபிடிப்புகள், கடைபிடித்த வழிமுறைகள் மட்டுமின்றி, நவீன மருத்துவத்தின் மீது குறிப்பாக பத்ரீஸ் தெப்ரே கற்பித்துவரும் நோய் எதிர்ப்பு சக்தி குறித்த ஆய்வின்மீது பஸ்தேரின் தாக்கம் பற்றியும் உங்களுக்கு நன்கு தெளிவாகும்.

கடைசியாக, பஸ்தேரின் படைப்புகளின் உலகளாவிய வீச்சினையும் இன்றைய நிலையில் அவை கண்டிருக்கும் வளர்ச்சியினையும் புரிந்துகொள்ள ழான் பியர் தெதேயின் நூல் உள்ளது. இந்நூலினை 2011ஆம் ஆண்டு சில பதிப்பகங்கள் சேர்ந்து வெளியிட்டன. இதன் பெயர் "கடல் கடந்த நாடுகளில் உள்ள பஸ்தேர் நிறுவனங்கள்-உலகில் 120 ஆண்டு கால பிரஞ்சு நுண்ணுயிரியல்"

நான் விஷயங்களைத் தெரிந்துகொள்ள இன்னும் பல நூல்கள் எனக்கு உதவின. குறிப்பாக, பஸ்தேரைப் பற்றிய தொன்மங்கள், மிகையாகப் புகழும் வாழ்க்கை வரலாறுகள் ஆகியவற்றிலிருந்து விடுபட எனக்கு அவை உதவியாக இருந்தன.

லூயீஸ் எல். லாம்பிரிக்– மருத்துவ உண்மை, குலோது பெர்நார், லூயி பஸ்தேர், சிக்மண்ட் ஃபிராய்ட். நம் மருத்துவ உலகின் கற்பிதங்களும் உண்மைகளும் (ரொபேர் லாஃபோன் பதிப்பகம், 1993 மறு பதிப்பு 2001)

லூயீஸ் எல். லாம்பிரிக், தற்கால மருத்துவச் சிந்தனையின் வரலாறு (சேய் பதிப்பகம், 2014)

பிரான்சுவா தகோனே, கற்பிதங்கள் இல்லாத பஸ்தேர் (லேஸாம் பேஷேர் தெ பான்சேர் ஆன் ரோன், 1994)

உள்ளூர் நூல்களைப் பொறுத்தவரை, மூன்று நூல்களைச் சுட்டுவேன்.

ஜிம்மி டிருய்லோன், லூயி பஸ்தேர் – தங்கம் காய்க்கும் மரங்கள் உள்ள செவேன்னில் கழித்த 5 ஆண்டுகள் (ஹெர்மேன் பதிப்பகம், 2009).

ழோர்ழ் கிரான், அர்புவாவின் வரலாறு(ஓஃபீஸ் தெதீசியோன் தெ லீவ்ர் திஸ்துவார், 1996).

லூயி பஸ்தேரைச் சுற்றி (கையே தொலுவா பதிப்பகம், 1995).

★★★★

Notes

Notes

Notes